I0484797

આદિવાસીઓના જીવનધોરણનો અભ્યાસ
(ડાંગ જિલ્લાના સંદર્ભમાં)

:: Author ::

Dr. Snehal K. Ganvit
(M.A.,M.Phil.,B.ed., Ph.D)

Dr. N R. Shah
(M.A., Ph.D)

PUBLISHED BY

Chakravarti Siddharaj Jaysinh International
Publishing House
HQ. At & Po. Chaveli., Ta- Chansma,
Dist- Patan, North Gujarat, India, Asia.
www.iphouseindia.com

First Publication: 19th MARCH, 2015

Copyright: Author
(c) Dr. Snehal K. Ganvit

Dr. N.R.Shah

ISBN:- 978-15-08950-09-7

Price: Rs.800/- INDIA
$ 15 OUTSIDE INDIA

PUBLISHED BY

Chakravarti Siddharaj Jaysinh International Publishing House
HQ. At & Po. Chaveli., Ta- Chansma,
Dist- Patan, North Gujarat, India, Asia.
www.iphouseindia.com

નિવેદન

"આદિવાસીઓનાજીવનધોરણનો અભ્યાસ (ડાંગ જિલ્લાના સંદર્ભમાં)" આ પુસ્તક મુખ્યત્વે પ્રબુદ્ધ વ્યકિતઓ,જિજ્ઞાશુઓ અને જાગૃત નાગરિકોને, આદિવાસી વિશે પરિચિત-અપરિચિત માટે તેમજ અન્ય સંશોધકો માટે નવી દિશા ખોલશે.આદિવાસી વિશેના આ પુસ્તક દ્વારા આદિવાસીની આર્થિક અને ભૌતિક પસ્થિતિ કેવા પ્રકારની છે.તે અંગેનો ખ્યાલ આવશે.ડાંગ જિલ્લાના આદિવાસીના જીવનધોરણ સંબંધિત પસ્થિતિમાંઆર્થિક અને ભૌતિક સુવિધાઓ ખુબજ મહત્વનું પાસું છે.આશા રાખું છું કે આ પુસ્તકનાં અનુસંધાનમાં આદિવાસીઓના અન્ય પાસાંઓ પર પણ પ્રકાશ પ્રકાશ પાડવો જોઈએ.

ડૉ.સ્નેહલ કે.ગાંવિત

અનુક્રમણિકા

પ્રકરણ : ૧
વિષય પ્રવેશ

વિશ્વમાં આફ્રિકા બાદ સૌથી વધુ આદિવાસીઓની વસ્તી ભારતમાં બીજા ક્રમે છે. પંજાબ, હિમાચલ પ્રદેશ અને કાશ્મીરને બાદ કરતાં બધાં રાજ્યોમાં ઓછામાં ઓછા પ્રમાણમાં આદિવાસીઓ જોવા મળે છે. ભારતની વસ્તીના કેટલાક જૂથો સામાજિક, આર્થિક, શૈક્ષણિક, દ્રષ્ટિએ અન્ય પ્રજાની સરખામણીમાં પાછળ છે. આપણો દેશ આઝાદ થયો તે પહેલાં સમાજનાં આવા નબળા વર્ગોમાં આદિવાસીઓના વિકાસ માટે દેશનાં અગ્રણીઓ, સામાજિક કાર્યકરો અને તેના આધારે કેટલાક કાર્યક્રમો પણ હાથ ધરાયા હતા.

૧.૨ ભારતના આદિવાસીઓનું વર્ગીકરણ :

વર્તમાનમાં આદિવાસીઓને ભારતના ભૌગોલિક વિશેષતાના આધાર ઉપર જુદાં જુદાં આદિવાસી ક્ષેત્રમાં વિભાજિત કરવામાં આવે છે. મજુમદાર અને મદન ભારતના આદિવાસીઓને નીચેનાં ત્રણ ભૌગોલિક ક્ષેત્રો કે વિસ્તારોમાં વહેંચે છે.

(૧) ભારતનો ઉત્તર-ઉત્તરપૂર્વ વિસ્તાર :

આ ભૌગોલિક વિસ્તારમાં પૂર્વ કશ્મીર, પૂર્વ પંજાબ, હિમાચલ પ્રદેશ, ઉત્તરપ્રદેશનો ઉત્તર વિસ્તાર,સિક્કિમ, નાગાલેન્ડ અને આસામનો સમાવેશ થાય છે. આ વિસ્તારમાં મુખ્યત્વે ગટઠી, કનનર, પંગવાલ, ભૂઈયા, ભૂટિયા, ભીલ, ગોંડ, ખાસી, ગારો, સંથાલ, નાગના, શવા, મીચ, લેપચા, પારુ, આબોર, ડાફલા, મિહિર વગેરે આદિવાસી વસે છે.

(૨) મધ્ય વિસ્તાર :

આ વિસ્તારમાં બંગાળ, બિહાર, ઉત્તર પ્રદેશનો દક્ષિણ વિસ્તાર, દક્ષિણ રાજસ્થાન, ગુજરાત, મધ્ય ભારત, ઉત્તર મુંબઈ, મધ્યપ્રદેશ અને ઓરિસ્સાનો સમાવેશ થાય છે. આ પ્રદેશોમાં મુખ્યત્વે ભૂટિયા, મુંડા, ઉરાંવ, સંથાલ, બૈગા, બારિયા, ભીલ, ગબડા, વણઝારા, બિરહોર, અલવર, હોય વગેરે મળીને લગભગ ૫૦ જેટલા આદિવાસી સમૂહો વસે છે. આ વિસ્તારમાં ફળફૂલ એકત્ર કરનાર આદિવાસીઓથી માંડીને સ્થાયી ખેતી કરનારા આદિવાસીઓ છે. એ બધા આદિવાસીઓના સમાજ જીવનમાં ઘણું વૈવિધ્ય રહેલું છે.

(૩) દક્ષિણ વિસ્તાર : આ વિસ્તારમાં હૈદરાબાદ, મૈસૂર, કૂર્ગ, ત્રાવણકોર, કોચીન, આંધ્ર, કેરલ અને મદ્રાસનો સમાવેશ થાય છે. આ પ્રદેશોમાં ભીલ, ટોડા, ચેચું,

ભુટિયા, કોટા, ઉરિયા, મોરુલ, કાડર, ઉરાલી, મિરિયા વગેરે આદિવાસીઓ વસે છે. યોગેશ અટલ લખે છે કે, પ્રાચીન તામીલ સાહિત્યના અભ્યાસ પરથી જણાયું છે કે આ આદિવાસીઓ ભારતની પ્રાચીનતમ પ્રજા છે. તેઓ બાહ્ય આક્રમણને લીધે આશ્રય અને સુરક્ષા અર્થે આ વિસ્તારમાં આવીને વસેલા છે.

ઉપયુક્ત ત્રણેય વિસ્તારોમાં મધ્યભારતનો આદિવાસી વિસ્તાર સૌથી વધુ આદિવાસી વસ્તી ધરાવે છે. દક્ષિણ વિસ્તારમાં તેથી ઓછી આદિવાસી વસ્તી છે અને ઉત્તર-ઉત્તરપૂર્વ વિસ્તારોમાં સૌથી ઓછી આદિવાસી વસ્તી છે. આ ભૌગોલિક વિસ્તારોમાં આદિવાસીઓ ઉપરાંત બિનઆદિવાસી લોકો પણ વસે છે. આમ છતાં પ્રત્યેક સંપૂર્ણ આદિવાસી ક્ષેત્રમાં આદિવાસીઓની સંખ્યા બિન-આદિવાસીઓની સંખ્યાથી વધુ છે. લદાખ અને નેફા વિસ્તાર કરતાં દક્ષિણ બિહાર, ઓરિસ્સા અને મધ્યપ્રદેશનાં આદિવાસી ક્ષેત્રમાં બિન-આદિવાસીઓની સંખ્યા વધુ છે. મોટા ભાગનાં આદિવાસીઓ જંગલોવાળા દુર્ગમ પહાડી પ્રદેશોમાં રહેતા હોવાથી તેમના સામાજિક-સાંસ્કૃતિક જીવન ઉપર ભૌગોલિક વાતાવરણની વિશેષ અસર જોવા મળે છે.

કોષ્ટક નં. ૧.૧

ભારતના જુદાં જુદાં રાજ્યો તથા કેન્દ્રશાસિત પ્રદેશોમાં આદિવાસીઓની વસ્તી :
(૨૦૧૧ ની વસ્તી ગણતરી અનુસાર)

કેન્દ્ર શાસિત પ્રદેશોમાં આદિવાસીઓની વસ્તી :

ક્રમ	કેન્દ્રશાસિત પ્રદેશનું નામ	આદિવાસીઓની વસ્તી		કુલ
		પુરૂષ	સ્ત્રીઓ	
૧	દિલ્હી	---	---	---
૨	દમણ અને દીવ	૭૭૭૧	૭૫૯૨	૧૫૩૬૩
૩	દાદરા અને નગરહવેલી	૮૮૮૪૪	૮૯૭૨૦	૧૭૮૫૬૪
૪	લક્ષદ્રિપ	૩૦૫૧૫	૩૦૬૦૫	૬૧૧૨૦
૫	પોંડીચેરી	---	---	---
૬	આંદામાન અને નિકોબાર ટાપુઅ	૧૪૭૩૧	૧૩૭૯૯	૨૮૫૩૦
૭	ચંદીગઢ	---	---	---

ક્રમ	રાજ્યનું નામ	આદિવાસીઓની વસ્તી		કુલ
		પુરૂષ	સ્ત્રીઓ	
૧	જમ્મુ અને કશ્મીર	૭૭૬૨૫૭	૭૧૭૦૪૨	૧૪૯૩૨૯૯
૨	હિમાચલ પ્રદેશ	૧૯૬૧૧૮	૧૯૬૦૦૮	૩૯૨૧૨૬
૩	પંજાબ	-	-	-
૪	ચંડીગઢ	-	-	-
૫	ઉત્તરાખંડ	૧૪૮૬૬૯	૧૪૩૨૩૪	૨૯૧૯૦૩
૬	હરિયાણા	-	-	-
૭	રાજસ્થાન	૪૭૪૨૯૪૩	૪૪૯૫૫૯૧	૯૨૩૮૫૩૪
૮	ઉત્તર પ્રદેશ	૫૮૧૦૮૩	૫૫૩૧૯૦	૧૧૩૪૨૭૩
૯	બિહાર	૬૮૨૫૧૬	૬૫૪૦૫૭	૧૩૩૬૫૭૩
૧૦	સિક્કીમ	૧૦૫૨૬૧	૧૦૧૦૯૯	૨૦૬૩૬૦
૧૧	અરૂઆચલ પ્રદેશ	૪૬૮૩૯૦	૪૮૩૪૩૧	૯૫૧૮૨૧
૧૨	નાગાલેન્ડ	૮૬૬૦૨૭	૮૪૪૯૪૬	૧૭૧૦૯૭૩
૧૩	મણિપુર	૪૫૦૮૮૭	૪૫૧૮૫૩	૯૦૨૭૪૦
૧૪	મિઝોરમ	૫૧૬૨૯૪	૫૧૯૮૨૧	૧૦૩૬૧૧૫
૧૫	ત્રિપુરા	૫૮૮૩૨૭	૫૭૮૪૮૬	૧૧૬૬૮૧૩
૧૬	મેઘાલય	૧૨૬૯૭૨૮	૧૨૮૬૧૩૩	૨૫૫૫૮૬૧
૧૭	આસામ	૧૯૫૭૦૦૫	૧૯૨૭૩૬૬	૩૮૮૪૩૭૧
૧૮	પશ્ચિમ બંગાળ	૨૬૪૯૯૭૪	૨૬૪૬૯૭૯	૫૨૯૬૯૫૩
૧૯	ઝારખંડ	૪૩૧૫૪૦૭	૪૩૨૯૬૩૫	૮૬૪૫૦૪૨
૨૦	ઓરિસ્સા	૪૭૨૭૭૩૨	૪૮૬૩૦૨૪	૯૫૯૦૭૫૬
૨૧	છત્તીસગઢ	૩૮૭૩૧૯૧	૩૯૪૯૭૧૧	૭૮૨૨૯૦૨
૨૨	મધ્ય પ્રદેશ	૭૭૧૯૪૦૪	૭૫૯૭૩૮૦	૧૫૩૧૬૭૮૪
૨૩	ગુજરાત	૪૫૦૧૩૮૯	૪૪૧૫૭૮૫	૮૯૧૭૧૭૪
૨૪	મહારાષ્ટ્ર	૫૩૧૫૦૨૫	૫૧૯૫૧૮૮	૧૦૫૧૦૨૧૩
૨૫	આંધ્રપ્રદેશ	૨૯૬૯૩૬૨	૨૯૪૮૭૧૧	૫૯૧૮૦૭૩
૨૬	કર્ણાટક	૨૧૩૪૭૫૪	૨૧૧૪૨૩૩	૪૨૪૮૯૮૭
૨૭	ગોવા	૭૨૯૪૮	૭૬૩૨૭	૧૪૯૨૭૫
૨૮	કેરાલા	૨૩૮૨૦૩	૨૪૬૬૩૬	૪૮૪૮૩૯
૨૯	તામિલનાડુ	૪૦૧૦૬૮	૩૯૩૬૨૯	૭૯૪૬૯૭

Census of India (2011) Table 1.2 All India Population and Total ST Population. Male & Female

ઉપર્યુક્ત આંકડા પરથી જણાશે કે, ભારતમાં સૌથી વધુ આદિવાસી વસ્તી ધરાવતું રાજ્ય મધ્યપ્રદેશ છે. એ રાજ્યમાં ૧,૫૩,૧૬,૭૮૪ જેટલી આદિવાસી વસ્તી છે. બીજા નંબરે મહારાષ્ટ્ર, ત્રીજા નંબરે ઓરિસ્સા ચોથા નંબરે બિહાર પાંચમાં નંબરે ગુજરાત છઠ્ઠા નંબરે રાજસ્થાન આવે છે. ગુજરાતમાં આદિવાસીઓની વસ્તી ૮૯,૧૭,૧૭૪ છે. તેમજ ભારતમાં કુલ આદિવાસીઓની વસ્તી ૧૦,૪૨,૮૧,૦૩૪ ની છે.

૧.૪ ગુજરાતના આદિવાસીઓનો ટૂંકમાં પરિચય.

સમગ્ર ભારતની આદિવાસી વસ્તીનો ખ્યાલ કરીએ તો આદિવાસી વસ્તીની સંખ્યાની દ્રષ્ટિએ ગુજરાતનો પાંચમો ક્રમ આવે છે. ૨૦૧૧ મુજબ ગુજરાતમાં આદિવાસીઓની વસ્તી ૮૯,૧૭,૧૭૪ ની છે. જે કુલ વસ્તીના ૧૫% છે. આદિવાસી વસ્તી ધરાવતા ગુજરાતમાં જુદાં જુદાં જિલ્લાઓમાં સૌથી વધુ વસ્તી ડાંગ, સુરત જિલ્લામાં જોવા મળે છે. ત્યાર પછીથી દાહોદ, વડોદરા, વલસાડ, નવસારી અને પંચમહાલનો સમાવેશ થાય છે. ગુજરાતમાં ૨૯ જેટલા વનવાસી પ્રજાના જૂથો નિવાસ કરે છે. પ્રત્યેક જૂથને એના જાતિગત નામકરણ છે. દાંતાથી ડાંગ સુધીની પટ્ટી વનવાસી પ્રજાની છે. એમાં દાંતાના પશ્ચિમોત્તર વિસ્તારના પાલનપુર-ખેડબ્રહ્માના ગરાસિયા, ભીલ, ડુંગરી ભીલ, કાથોડ ભીલ અને નાયક ભીલ ખાસ છે. દાંતાની પટ્ટીની બીજી તરફ રાજસ્થાન હોઈને આ પટ્ટી પર ગુજરાત-રાજસ્થાનની સંસ્કૃતિની અસર છે. વચ્ચેના ભાગે વડોદરા, પંચમહાલ, છોટાઉદેપુર અને સંખેડા વિસ્તારમાં રાઠવા, ધાનકા, દુબળા, નાયકાનાં જૂથો છે. આ પટ્ટીની બીજી તરફ મધ્યપ્રદેશ હોઈને ગુજરાત અને મધ્યપ્રદેશની સાંસ્કૃતિક અસરો વનવાસી પ્રજામાં છે. અંતિમ ભાગ ડાંગ પટ્ટીનો છે. જે ભરૂચ, સુરત, વલસાડ અને ડાંગ વિસ્તારમાં દુબળા, ગામીત, ચૌધરી, કાથોડી, વારલી, ધાનકા, કુનબી અને કુંકણા જૂથોની પટ્ટી છે. આ પટ્ટીની બીજી તરફ મહારાષ્ટ્ર પ્રદેશ છે. અહીં ગુજરાત-મહારાષ્ટ્રની સંસ્કૃતિનો પ્રભાવ છે.

કોષ્ટક નં.૧.૨
ગુજરાતમાં જિલ્લાવાર આદિવાસી વસ્તી – ૨૦૧૧

ક્રમ	જિલ્લાનું નામ	વિસ્તાર		કુલ
		ગ્રામ્ય	શહેરી	
૧	કચ્છ	૧૪,૨૮૭	૯,૯૪૧	૨૪,૨૨૮
૨	બનાસકાંઠા	૨,૭૧,૦૫૫	૧૩,૧૦૦	૨,૮૪,૧૫૫

૩	પાટણ	૬,૧૮૨	૭,૧૨૧	૧૩,૩૦૩
૪	મહેસાણા	૩,૧૪૪	૬,૨૪૮	૯,૩૯૨
૫	સાબરકાંઠા	૫,૨૦,૨૦૩	૨૧,૯૫૩	૫,૪૩,૧૫૬
૬	ગાંધીનગર	૨,૫૮૩	૧૫,૬૨૧	૧૮,૨૦૪
૭	અમદાવાદ	૧૬,૭૪૯	૭૨,૩૮૯	૮૯,૧૩૮
૮	સુરેન્દ્રનગર	૧૯,૩૧૩	૨,૧૪૦	૨૧,૪૫૩
૯	રાજકોટ	૮,૪૦૭	૧૫,૬૧૦	૨૪,૦૧૭
૧૦	જામનગર	૧૬,૪૯૨	૭,૬૯૫	૨૪,૧૮૭
૧૧	પોરબંદર	૯,૯૪૫	૩,૦૯૪	૧૩,૦૩૯
૧૨	જૂનાગઢ	૩૭,૬૩૩	૧૭,૯૩૮	૫૫,૫૭૧
૧૩	અમરેલી	૪,૧૪૦	૩,૧૮૨	૭,૩૨૨
૧૪	ભાવનગર	૩,૪૦૮	૫,૭૦૨	૯,૧૧૦
૧૫	ખેડા	૨૭,૨૭૫	૧૩,૦૬૧	૪૦,૩૩૬
૧૬	આણંદ	૯,૮૮૪	૧૪,૯૪૦	૨૪,૮૨૪
૧૭	પંચમહાલ	૬,૮૭,૫૭૬	૨૪,૦૨૮	૭,૨૧,૬૦૪
૧૮	દાહોદ	૧૫,૨૨,૦૦૮	૫૮,૮૪૨	૧૫,૮૦,૮૫૦
૧૯	વડોદરા	૧૦,૪૦૫૯૯	૧,૦૯,૩૦૨	૧૧,૪૯,૯૦૧
૨૦	નર્મદા	૪,૬૧,૩૯૧	૨૦,૦૦૧	૪,૮૧,૩૯૨
૨૧	ભરૂચ	૪,૩૧,૯૮૦	૫૬,૨૧૪	૪,૮૮,૧૯૪
૨૨	ઢાંગ	૨,૦૦,૧૩૮	૧૫,૯૩૫	૨,૧૬,૦૭૩
૨૩	નવસારી	૫,૭૧,૮૧૨	૬૭,૮૪૭	૬,૩૯,૬૫૯
૨૪	વલસાડ	૭,૮૫,૦૦૨	૧,૧૭,૭૯૨	૯,૦૨,૭૯૪
૨૫	સુરત	૬,૮૩,૪૧૩	૧,૭૩,૫૩૯	૮,૫૬,૯૫૨
૨૬	તાપી	૬,૫૭,૨૨૯	૨૨,૦૯૧	૬,૭૯,૩૨૦

ઉપર્યુક્ત આંકડા પરથી જણાશે કે ગુજરાતમાં સૌથી વધુ આદિવાસી વસ્તી ધરાવતો જિલ્લો દાહોદ છે. એ જિલ્લામાં આદિવાસીની વસ્તી ૧૫,૮૦,૮૫૦ છે. બીજા ક્રમે વડોદરા છે. જેની વસ્તી ૧૧,૪૯,૯૦૧ છે. તેમજ ત્રીજા ક્રમે વલસાડ જિલ્લો છે. જેની વસ્તી ૯,૦૨,૭૯૪ છે. ચોથા નંબરે સુરત આવે છે. પાંચમાં નંબરે નવસારી આવે છે.

૧.૪ આદિવાસીનો નો અર્થ :

ભારતના આદિવાસીઓ કે જન જાતિઓ માટેનું બંધારણીય નામ અનુસૂચિત આદિજાતિઓ છે. આદિવાસીઓ જંગલો અને પહાડી પ્રદેશોમાં તેમજ પ્રાકૃતિક રીતે

અલગતા ધરાવતા પ્રદેશોમાં વસવાટ કરે છે. તેઓને જુદાં જુદાં નામે ઓળખવામાં આવે છે. આદિવાસીઓને 'ગિરિજનો', 'વનવાસી', 'મૂળવતનીઓ' તરીકે ઓળખવામાં આવે છે. આદિવાસીઓ માટેના પ્રચલિત નામોમાં વન્ય જાતિ, વનવાસી, પહાડી, આદિમ જાતિ, આદિવાસી, આદિ જાતિ, અનુસૂચિત આદિજાતિ વગેરે નામોનો સમાવેશ થાય છે. આ બધા નામોમાં 'આદિવાસી' શબ્દ વધુ પ્રચલિત છે. 'અનુસૂચિત આદિજાતિ' એ આદિવાસીઓ માટે પ્રયોજિત બંધારણીય ભાષા છે. 'અનુસૂચિત આદિજાતિ' પરિભાષા આદિવાસીઓ માટે વપરાતી બધી પરિભાષાઓને આવરી લે છે.

અનુસૂચિત આદિજાતિઓ એટલે સંવિધાનના હેતુઓ માટે કલમ૩૪૨ અનુસાર અનુસૂચિત આદિજાતિઓ તરીકે ગણાયેલી આદિજાતિઓ. કલમ ૩૪૨ હેઠળ જાહેરનામું બહાર પાડીને અનુસૂચિત આદિજાતિઓની સૂચિ પ્રગટ કરવાની સત્તા રાષ્ટ્રપતિને છે. આમ, બંધારણની કલમ ૩૪૨ હેઠળ રાષ્ટ્રપતિએ પ્રગટ કરેલી સૂચિમાં જે આદિજાતિઓનો સમાવેશ થતો હોય તે આદિજાતિઓને બંધારણીય પરિભાષામાં અનુસૂચિત આદિજાતિ કહેવામાં આવે છે. ભારતમાં ૭૦૦ થી વધુ અનુસૂચિત આદિજાતિઓ છે. તેમની વસ્તી ૮.૪૩ કરોડ થી વધુ છે, જે ભારતની કુલ વસ્તીમાં ૮% ટકાથી વધુ છે.

ભારતની પૂર્વકાલિન જાતિઓમાં આદિવાસીઓની ગણના કરવામાં આવે છે. આદિવાસી ભારતના મૂળ નિવાસી છે. આ જાતિઓ આદિકાળથી અહીં વસતી હોવાથી એમને 'આદિમ જાતિઓ' એવું નામ આપવામાં આવ્યું છે.

આદિવાસીની વ્યાખ્યા આપતાં **મુખર્જી** નોંધે છે કે, 'આદિવાસીએ પ્રદેશ, ભાષા, સામાજિક નિયમો અને આર્થિક પ્રવૃત્તિમાં સમાનતાં ધરાવતું પ્રાદિશિક જૂથ છે'

જેકોબ્સ અને સ્ટર્ન આદિવાસીની વ્યાખ્યા આપતા જણાવે છે કે, "આદિવાસી ગ્રામ સમુદાયોનો બનેલો સંકૂલ છે જે સમાન પ્રદેશો, ભાષા અને સંસ્કૃતિ ધરાવે છે. તેમજ તેઓ આર્થિક રીતે પરસ્પર ઓતપ્રોત થયેલાં હોય છે."

ઈમ્પિરિયલ ગેઝેટિયરમાં આદિવાસીની વ્યાખ્યા નીચે પ્રમાણે આપે છે.

"આદિવાસી કેટલાંક કુંટુંબોનો સમુદાય છે, જે પ્રદેશ, ભાષા, સામાજિક નિયમો અને આર્થિક પ્રવૃત્તિમાં સમાનતાં ધરાવે છે"

મજૂમદાર આદિવાસીની વ્યાખ્યા આ પ્રમાણે આપે છે.

"આદિવાસીએ પ્રાદેશિક જોડાણ ધરાવતું અંતઃવિવાહી સામાજિક જૂથ છે, જેમાં કાર્યોના વિશેષીકરણનો અભાવ હોય છે. પોતાની વિકસાવેલી શાસન વ્યવસ્થા હોય છે, ભાષા કે બોલીની સમાનતા હોય છે, અન્ય આદિવાસી કે જ્ઞાતિથી તેઓ સામાજિક અંતર ધરાવે છે અને તેઓ આદિમ પ્રણાલિકાઓ, માન્યતાઓ તથા રિવાજોને અનુસરે છે."

જીવન ધોરણ :

જીવન ધોરણ એટલે લોકોને પ્રાપ્ત આર્થિક, ભૌતિક, સામાજિક સુખ-સુવિધાઓ.

જીવનધોરણની ગુણવત્તાનું વિભિન્ન જુદી જુદી રીતે અર્થઘટન થઈ શકે. એમાંથી કેટલાંક સલામતી, રોજગારીની તકો, ચોખ્ખુ પર્યાવરણ, સરળ પ્રવાસ, માળખાકિય સુવિધાઓ, પર્યાપ્ત આરોગ્ય સુવિધાઓ, સારી શાળાઓ, કાર્યક્ષમ સરકાર, કુંટુંબ અને મિત્રો સાથે ગાળેલો સમય. આ રીતે જીવનધોરણનો વિસ્તૃત ખ્યાલ છે.

જીવનધોરણમાં ખોરાક, કપડાં, મકાન, શિક્ષણ, તબિબી સારવાર, રેલ્વે, રસ્તાઓ, ઉર્જા શક્તિ, પીવાનું પાણી વગેરેનો સમાવેશ થાય છે.

૧.૫ અભ્યાસક્ષેત્રની પસંદગી :

સંશોધન કરવા સૌથી અગત્યની બાબત અભ્યાસક્ષેત્રની પસંદગી કરવાની છે. સંશોધન માટે પસંદ કરેલ વિષય માટે જરૂરી માહિતી સચોટ તથા વિશાળ સ્વરૂપે મળે એ મહત્ત્વનું છે. કોઈપણ વિષય વસ્તુના અભ્યાસ માટે ક્ષેત્ર પસંદગી ખૂબ જ જરૂરી અને મહત્ત્વનું બની જાય છે. પસંદ કરવામાં આવેલ ક્ષેત્રમાંથી વિષયને લગતી જરૂરી માહિતી તેમજ વિશ્વસનીય માહિતી એકત્ર કરવાની સરળ હોવી જોઈએ.

આ બાબતને ધ્યાનમાં રાખીને ગુજરાત રાજ્યનાં ડાંગ જિલ્લાના ગામડાની પસંદગી કરી છે.

(અ) વિસ્તારની પસંદગી :

ડાંગ જિલ્લાનો એકજ તાલુકો આહવા છે. હાલમાં નવા નિમાયેલા તાલુકા આહવા, વઘઈ, સુબીર છે. એમાંથી મે આહવા તાલુકામાંથી સુન્દા અને જોગબારી, વઘઈ તાલુકામાંથી ગુંજપેડા અને મોટીદાબદર, સુબીર તાલુકામાંથી જામલા અને વાડીયાવન એમ કુલ છ ગામોની પસંદગી કરી છે.

(બ) નિદર્શની પસંદગી :

વિષયને ધ્યાનમાં રાખીને કુંટુંબના ઉત્તરદાતાની પસંદગી નિદર્શન પદ્ધતિથી

૨% લેખે ૪૨૮ કુટુંબોની પસંદગી કરવામાં આવી છે. તેમાંથી યાદચ્છિક પદ્ધતિ (સિમ્પલ એન્ડ રેન્ડમ પદ્ધતિ) થી ૨૭૦ કુટુંબોની પસંદગી કરવામાં આવી છે . પસંદ કરેલા ગામોમાંથી એક ગામમાંથી ૪૫ કુટુંબોને પસંદગી કરી અભ્યાસ કરેલ છે.

૧.૬ અભ્યાસના હેતુઓ (Objectives):

દરેક સંશોધન અભ્યાસના પોતાના ખાસ હેતુઓ હોય છે, તેજ પ્રમાણે પ્રસ્તુત સંશોધનના અભ્યાસના હેતુઓ નીચે મુજબ છે.

૧. ડાંગ જિલ્લાના આદિવાસીઓની આરોગ્ય વિષયક પરિસ્થિતિનો અભ્યાસ કરવો.

૨. ડાંગ જિલ્લાના આદિવાસીઓના શિક્ષણની પરિસ્થિતિનો અભ્યાસ કરવો.

૩. ડાંગ જિલ્લાના આદિવાસીઓમાં જાતિગત સમાનતાનો અભ્યાસ કરવો.

૪. ડાંગ જિલ્લાના આદિવાસીઓના જીવનધોરણ સુધારવા સરકારની યોજનાની અસર તપાસવી.

૧.૭ અભ્યાસની ઉત્કલ્પના (Hypothesis) :

પ્રસ્તુત સંશોધનની ઉત્કલ્પનાઓ નીચે મુજબ છે.

૧. ડાંગ જિલ્લાના આદિવાસીઓની આરોગ્ય વિષયક જાગૃતિ અને સુવિદ્યાઓનો અભાવ છે.

૨. ડાંગ જિલ્લાના આદિવાસીઓમાં શિક્ષણનું પ્રમાણ નીચું છે.

૩. ડાંગ જિલ્લાના આદિવાસીઓના જીવનધોરણમાં સુધારો લાવવા માટે સરકારની યોજનાઓ મહદઅંશે મદદરૂપ થાય છે.

૧.૮ અભ્યાસનું મહત્ત્વ / ઉપયોગ :

પ્રસ્તુત અભ્યાસમાં આદિવાસીના જીવનધોરણના સામાજિક, આર્થિક પરિસ્થિતિઓને લગતો છે. આ અભ્યાસ દ્વારા આદિવાસીઓના જીવનધોરણની સ્થિતિ કેવી છે તે અંગે ખ્યાલ આવશે. તેમજ કોઈ પણ પ્રકારનો અભ્યાસ કરવામાં આવે તો તેની પાછળ ખાસ હેતુ હોય છે. તે અભ્યાસનું મહત્ત્વ હોય છે.

૧. આ અભ્યાસ તાલુકાના પ્રબુદ્ધ વ્યક્તિઓ, જિજ્ઞાશુઓ અને જાગૃત નાગરિકોને પોતાના તાલુકો, પોતાનું ગામ વિશેની તલસ્પર્શી જ્ઞાન આપશે.

૨. આ અભ્યાસ ગ્રામ પંચાયતના નવા નિયુક્ત સરપંચને ઉપયોગી બનશે.

૩. આ અભ્યાસ દ્વારા અન્ય સંશોધકો માટે નવી દિશા ખુલશે.

૪. આ અભ્યાસ દ્વારા કઈ કઈ જ્ઞાતિનો સમાવેશ થાય છે તેનો ખ્યાલ આવશે.

૫. આ અભ્યાસ પરથી આદિવાસીઓના વિકાસ માટે વિવિધ યોજના હાથ ધરવામાં આવી છે. તેના દ્વારા આદિવાસીઓનો કેટલો વિકાસ થયો છે. તે જાણી શકાશે.

૬. આ અભ્યાસ પરથી આદિવાસીના સામાજિક, રિત-રિવાજો, સાંસ્કૃતિક, રહેણી કરણી વગેરેનો ખ્યાલ આવશે.

૭. આ અભ્યાસ પરથી આદિવાસીઓમાં શિક્ષણનો કેટલો વિકાસ થયો છે તે જાણી શકાશે.

૧.૯ અભ્યાસની મર્યાદાઓ :

૧. પ્રસ્તુત અભ્યાસ ડાંગ જિલ્લાના નિદર્શિત રીતે પસંદ કરેલા છ ગામો પુરતો જ મર્યાદિત રહેશે.

૨. આ કાર્યક્ષેત્રમાં ઉત્તરદાતાના જવાબો સંપૂર્ણ સાચા હોવાની શક્યતા ઓછી હોય છે.

૩. પ્રસ્તુત અભ્યાસમાં ઉત્તરદાતાની સામાન્ય માહિતી લેવા જવા માટે ઉત્તરદાતા વહેલી સવારે ડુંગરો પર ખેતીનું કામ કરવા નીકળી જતા હોવાથી માહિતી લેવા માટે થોડી તકલીફ પડી તેમજ વધારે સમય લાગ્યો.

૪. વાડિયાવન અને જામાલા ગામ મહારાષ્ટ્રની બોર્ડર પર હોવાથી ત્યાંની લોક બોલીના શબ્દો અલગ પડતાં હોવાથી અને એ લોકો ગુજરાતી પણ વધારે જાણતા ન હોવાથી માહિતી મળવવા મુશ્કેલી પડી.

૫. વાડિયાવન ગામમાં બધા જ કુટુંબો સુગર ફેક્ટરીમાં પોતાની રોજગારી મેળવવા માટે જતા રહ્યા હોવાથી ઘરના આજુબાજુના વડીલો પાસેથી માહિતી મેળવવા મુશ્કેલી પડી.

૬. સંશોધનના બધા જ ગામો ગૃપગ્રામ પંચાયતમાં આવતા હોવાથી પંચાયત શોધવા માટે મુશ્કેલી નડી એટલે માહિતી મેળવવા વિલંબ થયો.

૭. આ અભ્યાસ માટે મેળવેલ પ્રાથમિક માહિતી વર્ષ ૨૦૧૩ - ૨૦૧૪ પૂરતી જ મર્યાદિત છે.

૧.૧૦ સંશોધન પદ્ધતિ :

પ્રસ્તુત સંશોધન પ્રાથમિક માહિતી તેમજ ગૌણ માહિતી ઉપર આધારિત રહેશે.

૧. પ્રાથમિક માહિતી :

સંશોધન કાર્યમાં વિષયને અનુરૂપ વાસ્તવિક પરિસ્થિતિનો અભ્યાસ કરવા, પ્રાથમિક માહિતી જરૂરી છે. પ્રાથમિક માહિતી સંશોધક પ્રત્યક્ષ રીતે મેળવીને તેનો ઉપયોગ સંશોધન કાર્યમાં કરે છે. આ માહિતી વિશ્વસનીય અને સચોટ હોય છે.

આ અભ્યાસ માટે પસંદ કરેલ ગામોના આદિવાસી જ્ઞાતિના કુટંબો પાસેથી પ્રશ્નાવલી દ્વારા પ્રાથમિક માહિતી મેળવવામાં આવી છે.

(અ) મુલાકાત પદ્ધતિ :

આ પદ્ધતિ દ્વારા ગામમાં પ્રત્યક્ષ કે પરોક્ષ મુલાકાત લઈને માહિતી એકત્રીત કરવામાં આવી છે, તેને મુલાકાત પદ્ધતિ કહેવાય છે. આ પદ્ધતિ દ્વારા લોકો પાસે જે માહિતી મેળવવાની હોય તેનો સંપર્ક કરવાનો હોય છે. જેમકે, સરપંચશ્રી, તલાટીશ્રી, ગામના વડીલો દ્વારા પણ પ્રાથમિક માહિતી મેળવવામાં આવી છે.

(બ) પ્રશ્નાવલી :

અભ્યાસ હેતુઓને અનુરૂપ પ્રશ્નોની યાદી બનાવી આદિવાસી જ્ઞાતિના કુટુંબોની પ્રત્યક્ષ મુલાકાત લઈ આ માહિતી મેળવવામાં આવે છે.

૨. ગૌણ માહિતી :

જ્યારે કોઈ વ્યક્તિ અથવા સંસ્થા બીજી કોઈ વ્યક્તિ અથવા સંસ્થા દ્વારા મેળવેલ માહિતીનો ઉપયોગ પોતાના સંશોધન કે અભ્યાસ માટે કરે, તો તેવી માહિતીને ગૌણ માહિતી કહે છે. ગૌણ માહિતી ગ્રંથાલય, સરકારી કચેરીઓ, પ્રકાશનો વેબસાઈટો વગેરેમાંથી પ્રાપ્ત થાય છે.

(અ) ગ્રંથાલય :

ડાંગ જિલ્લાની આંકડાકિય રૂપરેખા, સંશોધન વિષયને અનુરૂપ થયેલા અભ્યાસો, પુસ્તકો, અહેવાલો કેન્દ્ર સરકાર અને રાજ્ય સરકાર દ્વારા પ્રકાશિત કરવામાં આવેલ ગણતરી વગેરેમાંથી માહિતી મેળવવામાં આવેલ છે. આ ઉપરાંત ઈકોનોમિક્સ સર્વે, ગ્રામ વિકાસનું અર્થશાસ્ત્ર વગેરેનો ઉપયોગ કરવામાં આવેલ છે.

(બ) સરકારી કચેરી :

સંશોધન કાર્ય માટે વિષય અનુરૂપ માહિતી ડાંગ જિલ્લાના સંશોધન કચેરીમાંથી મેળવી હતી. તેમજ ગ્રામ પંચાયત અને તાલુકામાંથી મેળવી છે.

૧.૧૧ વર્ગીકરણ અને કોષ્ટક રચના :

અભ્યાસક્ષેત્રમાંથી મેળવવામાં આવેલી માહિતી જે વિશાળ સ્વરૂપે હોય છે. આથી તેનું ટૂંકુ સ્વરૂપ આપીને અભ્યાસ સરળ બનાવવા માટે વર્ગીકરણ અને કોષ્ટક રચનાઓનો ઉપયોગ કરવામાં આવેલ છે.

(અ) વર્ગીકરણ :

જુદાં જુદાં સ્વરૂપે માહિતી મેળવીને સમાન ગુણધર્મ પ્રમાણે જુદી પાડીને વર્ગીકરણ તૈયાર કરવામાં આવ્યું છે. આંકડાકિય માહિતીનો ઉપયોગ સરળતાથી કરી શકાય તે માટે આ વર્ગીકરણનો ઉપયોગ કરવામાં આવ્યો છે.

(બ) કોષ્ટક રચના :

વાંચકોને માહિતી સ્પષ્ટ પણે સમજાય તે માટે જરૂરી કોષ્ટકોની રચના કરવામાં આવી છે. અભ્યાસ દરમ્યાન મેળવેલ આંકડાકિય માહિતી વ્યવસ્થિત રીતે દર્શાવવા માટે કોષ્ટકોની રચના કરવામાં આવી છે અને તે પ્રમાણે કોષ્ટકો તૈયાર કરવામાં આવ્યા છે.

૧.૧૨ પ્રકરણ આયોજન :

પ્રસ્તુત સંશોધનની પ્રક્રિયા માટે પ્રકરણનું આયોજન આ પ્રમાણે છે.

પ્રકરણ - ૧ વિષય પ્રવેશ

પ્રકરણ - ૨ અભ્યાસક્ષેત્રનો પરિચય

પ્રકરણ - ૩ સંધોધનની આધારશીલા અને યોજના ઉપકરણ

પ્રકરણ - ૪ માહિતીનું એકત્રીકરણ, પૃથ્થકરણ, વિશ્લેષણ અને અર્થઘટન

પ્રકરણ - ૫ સંશોધનનો સારાંશ, તારણો અને સૂચનો

આ પ્રકરણમાં અભ્યાસની પ્રસ્તાવના, આદિવાસીઓનું વર્ગીકરણ, ભારતના જુદાં જુદાં રાજ્યોમાં આદિવાસીઓનું પ્રમાણ, ગુજરાતના આદિવાસીઓનો ટૂંકમાં પરિચય અભ્યાસ ક્ષેત્રની પસંદગી, અભ્યાસના હેતુઓ, અભ્યાસની ઉત્કલ્પનાઓ, અભ્યાસનું મહત્ત્વ, અભ્યાસની મર્યાદાઓ, સંશોધન પદ્ધતિ, વર્ગીકરણ અને કોષ્ટક રચના વગેરે વિગતો મૂકી છે.

પ્રકરણ - ૨
અભ્યાસક્ષેત્રનો પરિચય

૨.૧   પ્રસ્તાવના :

આ પ્રકરણમાં જિલ્લા તાલુકા તથા ગામની ભૌગોલિક વસ્તી વિષયક અને ડાંગ જિલ્લાની પરિસ્થિતિ વિષયક માહિતી દર્શાવવામાં આવી છે.

૨.૨   ડાંગ જિલ્લાનો પરિચય :

ડાંગ એટલે જંગલથી સમૃદ્ધ અને ડુંગરાળ પ્રદેશ, આ જિલ્લો ગુજરાતના સૌથી છેવાડાનો આદિવાસી વસ્તી ધરાવતો જિલ્લો છે. 'દંડકારણ્ય' તરીકે રામાયણકાંડમાં ઉલ્લેખ છે. સઘન આદિવાસી વસ્તી ધરાવતો ડાંગ જિલ્લો તેની ઓળખ અને સંસ્કૃતિની ધરોહર ધરાવે છે. ૧૯૪૭ માં ભારત સ્વતંત્ર થયા પછી ઈ.સ.૧૯૬૦ માં 'ડાંગ' ગુજરાત રાજ્યમાં સામેલ થયું. સામાન્ય રીતે ડાંગનો એક અર્થ 'ડુંગરાળ' થાય છે. અને તેનો બીજો અર્થ 'વાંસ' થાય છે. બંને લાક્ષણિકતાઓ આ જિલ્લામાં જોવા મળે છે. રામાયણમાં ઉલ્લેખાયેલ દંડકારણ્ય સાથે પણ આ નામ સંકળાયેલું છે. દંતકથા પ્રમાણે રામ તેના વનવાસ દરમ્યાન આ જિલ્લાના પૂર્વે આવેલા નાસિક વિસ્તારમાંથી પસાર થયેલા એમ માનવામાં આવે છે. ડાંગી લોકસાહિત્યમાં આ મહાકાવ્ય અને પ્રસંગોથી સભર છે.

૨.૩   ડાંગ જિલ્લાનો ભૌગોલિક વિસ્તાર :

આ જિલ્લાનો ઈતિહાસ રસપ્રદ છે. સામંતશાહી વહીવટને લીધે આ જિલ્લો અશાંત હતો, ત્યાર બાદ સર જેમ્સ આઉટરામ (સને.૧૮૧૮ થી ૧૯૦૨) અને જંગલ ખાતાના સીધા વહીવટ નીચે આ જિલ્લો મુકાયાબાદ અહીં શાંતિ સ્થપાયેલી છે. હિંદ સરકારના રાજકીય અંકુશ હેઠળ (સને.૧૯૩૩ થી ૧૯૪૩) હિંદ સરકારના મુલ્કી વહીવટ હેઠળ (સને.૧૯૪૩ થી ૧૯૪૭) જિલ્લાને મુંબઈથી રચાયેલા ગુજરાત રાજ્યમાં મે, ૧૯૬૦માં ડાંગ વિસ્તારને પોતાના જિલ્લાનું અલગ વહીવટી માળખું મળ્યું. આ સમયે આ જિલ્લાના ચાર ગામોની, સુરત જિલ્લાના ત્રણ ગામોની આ જિલ્લામાં ફેરબદલી કરવામાં આવી. ૧૯૬૧-૧૯૭૧ અને ૧૯૭૧-૧૯૮૧ ના ગાળા દરમ્યાન આ જિલ્લામાં કોઈ પ્રાદેશિક ફેરફારો થવા પામ્યા નથી. ૧૯૮૧-૯૧ ના ગાળા દરમ્યાન જિલ્લાના બે ગામો આહવા અને વઘઈને શહેરો તરીકે વર્ગીકૃત કરવામાં આવેલ છે.

ડાંગ પશ્ચિમ ઘાટના ઢોળાવ પર તથા ગુજરાત-મહારાષ્ટ્રની ઉત્તર-દક્ષિણની

સીમા પર આવેલ છે. ડાંગ જિલ્લો ગીચ જંગલ વિસ્તાર અને પર્વતોની હારમાળામાં પથરાયેલો છે.

ડાંગ જિલ્લો સમુદ્રની સપાટીએથી ૪૩૨૧ ફૂટની ઉંચાઈએ આવેલો છે. (દોશીરિશઃ૨૦૦૧:૭૪૭) જિલ્લામાં નાના મોટા કુલ ૩૧૧ ગામો આવેલા છે. ૨૦૧૧ની વસ્તી ગણતરી પ્રમાણે ડાંગ જિલ્લાની કુલ વસ્તી ૨૨૮૨૯૧ (સેન્સસ ૨૦૧૧) જિલ્લાની કુલ વસ્તીમાં ૯૩ ટકા જેટલી વસ્તી આદિવાસીઓની છે. જિલ્લાની આદિવાસી વસ્તીમાં કોંકણી (કુનબી), ભીલ, વારલી મુખ્ય જાતિઓ છે.

આ જિલ્લાની ઉત્તરે તાપી જિલ્લાના વ્યારા, સોનગઢ તાલુકાઓ અને મહારાષ્ટ્ર રાજ્યનો નવાપુર તાલુકો આવેલો છે. પૂર્વ મહારાષ્ટ્ર રાજ્યમાં ધુળિયા જિલ્લો, સાકરી તથા નાસિક જિલ્લાના બાગલાણ અને કળવણ તાલુકાઓ તેમજ દક્ષિણે મહારાષ્ટ્ર રાજયનાં નાસિક જિલ્લાનાં સુરગાણાં તાલુકો અને પશ્ચિમે નવસારી જિલ્લાનો વાંસદા તાલુકો આવેલો છે.

ડાંગ જિલ્લો ૨૦°-૩૯° થી ૨૧°-૫૦° ઉત્તર અક્ષાંશ અને ૭૩°-૨૯°

થી ૭૩°-૫૧° પૂર્વ રેખાંશ વચ્ચે દક્ષિણે ગુજરાત આવેલો છે.

ડાંગ જિલ્લો સૌથી ઓછુ ક્ષેત્રફળ ધરાવે છે. તેની કુલ જમીન ૧૭૨૩૫૭ (હેક્ટર) જેમાં ૧૦૧૧૮૩.૭૦ હેક્ટર જંગલ વિસ્તાર આવેલ છે. ખેડી શકાય તેવી પડતર જમીન ૫૨૧૬.૦૦ હેક્ટર છે. ક્ષેત્રફળની દૃષ્ટિએ ડાંગ જિલ્લો નાનામાં નાનો જિલ્લો કહી શકાય

આ જિલ્લો મુખ્યત્વે ડુંગરોની હારમાળા અને જંગલ વિસ્તારવાળો છે. જો કે પૂર્વ અને દક્ષિણે આવેલ થોડી ઉંચી ટેકરીઓને બાદ કરતાં મોટા ભાગના વિસ્તાર સપાટ મેદાનોવાળી નાની ટેકરીઓનો બનેલો છે. જિલ્લાની પૂર્વ સરહદ સહયાદ્રી પર્વતની હારમાળાને અડકે છે.આ જિલ્લો દરિયાની સપાટીથી ૧૫૦૦ થી ૨૦૦૦ ફૂટની ઉંચાઈવાળો છે તથા ખડકાળ છે. પૂર્વ તરફથી શરૂ થતી સહયાદ્રી પવર્તની ૧,૦૬૧.૬૬ મીટર લાંબી ટેકરીઓની હારમાળાઓ પશ્ચિણ તરફ આવેલા ગુજરાતના સપાટ મેદાનો તરફ ઢળે છે.

આ વિસ્તાર ભેંસકાતરી ગામ પાસે ૧૦૬.૧૬ મીટર નીચામાં નીચી સપાટીથી ખાનદેશ સરહદ પર આવેલ ગહવાન ટેકરીઓ પાસે ૧,૩૧૦,૭૦ મીટરની ઉંચામાં ઉંચી સપાટીવાળો છે. આ સમગ્ર વિસ્તાર વચ્ચે સપાટ મેદાનો અને ઉંચા-નીચા ઢોળાવવાળો

છે. ડુંગરોની હારમાળાને તોડતા ઉંડા કોતરોમાં જઈને નાની-નાની નદીઓ અને ઝરણાંઓ વહે છે. તેથી એક જગ્યાઓથી બીજી જગ્યાએ જવામાં મુશ્કેલી પડે છે. આ જિલ્લો ગીરો, પૂર્ણા, ખાપરી અને અંબિકા નદીઓના ચાર મુખ્ય ખીણ પ્રદેશમાં વહેંચાયેલો છે.

૨.૪ ડાંગ જિલ્લાનું શિક્ષણ :

ડાંગ જિલ્લામાં કુલ ૪૨૨ પ્રાથમિક શાળા છે. અને માધ્યમિક શાળાઓ : ૨૬ છે. ઉચ્ચત્તર માધ્યમિક શાળાઓ : ૦૬ છે. તેમજ કોલેજ : ૦૧ છે. ૨૦૧૧માં સાક્ષરતાનું પ્રમાણ : ૭૫.૧૬ % લોકો અક્ષરજ્ઞાન ધરાવે છે.

કોષ્ટક નં.૩.૬.૧

૨૦૧૧ની ગણતરી પ્રમાણે સાક્ષરતાનું પ્રમાણ :

ક્રમ	જાતિ	સાક્ષરતા	ટકાવારી
૧	પુરૂષ	૭૭૩૧૪	૮૩.૦૬
૨	સ્ત્રી	૬૩૬૫૪	૬૭.૩૮
કુલ		૧૪૦૯૬૮	૭૫.૧૬

(પ્રાપ્તીસ્થાન : ૨૦૦૧ ની વસ્તી ગણતરી પુસ્તિકા)

જિલ્લામાં સાક્ષરતાનું પ્રમાણ : ૭૫.૧૬ છે. જેમાં પુરૂષ : ૮૩.૦૬ ટકા, સ્ત્રીમાં : ૬૭.૩૮ ટકા સાક્ષરતાનું પ્રમાણ જોવા મળે છે.

ક્રમ	વર્ષ	કુલ	પુરૂષ	સ્ત્રી
૧	૧૯૫૧	૫.૪૫	૮.૯૬	૧.૩૮
૨	૧૯૬૧	૯.૨૬	૧૪.૨૬	૩.૭૮
૩	૧૯૭૧	૧૪.૧૬	૨૦.૮૦	૭.૧૩
૪	૧૯૮૧	૨૯.૮૪	૩૮.૩૯	૨૧.૦૪
૫	૧૯૯૧	૩૭.૧૪	૪૬.૬૦	૨૭.૫૧
૬	૨૦૦૧	૫૯.૬૫	૭૦.૬૮	૪૮.૫૧
૭	૨૦૧૧	૭૫.૧૬	૮૩.૦૬	૬૭.૩૮

(પ્રાપ્તીસ્થાન : ૨૦૧૧ ની વસ્તી ગણતરી પુસ્તિકા)

ઉપરોક્ત કોષ્ટક પરથી ખ્યાલ આવશે કે સ્ત્રીઓ કરતા પુરૂષોમાં વધુ અક્ષરજ્ઞાન જોવા મળે છે. ૧૯૫૧માં ૫.૪૫ જ્યારે ૧૯૬૧માં ૯.૨૬ અક્ષરજ્ઞાન જોવા

મળતું હતું. તેના પછી અક્ષરજ્ઞાનના દર દશકામાં વધારો થયેલ જોવા મળે છે. પરંતુ હજુ પણ અક્ષરજ્ઞાનનો દર નીચો છે. તેમ કહી શકાય જે સ્ત્રીઓમાં જોવા મળે છે.

૨.૫ ડાંગની મુખ્ય આદિવાસી જાતિઓ :

ગુજરાતમાં કુલ વસ્તીના ૧૪.૯૨ ટકા આદિવાસીઓ છે. અગાઉ તેઓ 'કાળીપરજ' કે 'રાનીપરજ' તરીકે ઓળખાતા તેઓ ઉત્તરમાં અરવલ્લીની પર્વતમાળા, પૂર્વમાં સાતપૂડા અને વિધ્યંની પર્વતમાળા તેમજ દક્ષિણમાં સહયાદ્રિની પર્વતમાળા વચ્ચે આવેલા પ્રદેશોમાં વસવાટ કરતા જોવા મળે છે.ભીલ, ઢોડિયા, ચૌધરી, કુંકણા, વારલી, નાયકા, ધાણકા, ગામિત, કાથોડિયા, વસાવા વગેરે જનજાતિઓ છે. ડાંગ જિલ્લામાં ૯૦ ટકાથી પણ વધુ આદિવાસી વસ્તી છે.

ડાંગના આદિજાતિમાં ખાસ કરીને કુનબી, કુંકણા, વારલી, અને ભીલ જાતિનો સમાવેશ થાય છે. પરંપરાને વળગી રહેલી ચુસ્ત ભીલ જાતિએ બાહ્ય પરિબળોનો વિરોધ કરી વસવાટ છોડ્યો નહીં, પરંતુ આ જાતિએ પોતાની સંસ્કૃતિ જાળવી રાખી છે. સમય જતાં કુનબી અને વારલી જાતિએ નવા વિચારોને આવકારી આર્થિક ઉન્નતિમાં વધારો કર્યો છે.

આ જાતિ ઉપરાંત ગામિત, કોટવાળિયા, નાયકા, દુબળા, માવચી વગેરે જાતિના લોકો ડાંગ જિલ્લામાં વસે છે. જિલ્લામાં સૌથી વધુ વસ્તી કુનબી (કુંકણા) ઓની જોવા મળે છે. તેના પછી અન્ય ગામિત, માવચી, નાયકા, દુબળા, કોળઘા, કોટવાળિયા વિવિધ જાતિ આવે છે. તેના પછી જુદી જુદી સ્થળાંતરિત નોકરિયાત, બિનનોકરિયાત, ધંધાદારી બિનઆદિવાસીઓની વસ્તીનો સમાવેશ થાય છે. તદ્ઉપરાંત જિલ્લાના કેટલાંક ગામોમાં વણઝારી, ચારણ જેવી વિચરતી જાતિના લોકોનો વસવાટ પણ જોવા મળે છે. જેઓ મહારાષ્ટ્રના જિલ્લાઓમાંથી સ્થળાંતરિત કરીને વસવાટ કરેલ જોવા મળે છે. ડાંગ જિલ્લામાં વસવાટ કરતી મુખ્ય આદિવાસી જાતિઓ નીચે પ્રમાણે છે.

ભીલ :ડાંગ પ્રદેશ બ્રિટીશોના શાસન પહેલાં ભીલ સરકારના કબજા હેઠળ હતો. કણબી અથવા કુંકણા સ્થળાંતર કરીને વસ્યા હતા. તેઓ તળેટીમાંથી ખીણના ખુલ્લાં વિસ્તારમાં ખેતી કરતા કણબીઓ શિકાર કરવાની અને વન્ય પેદાશો ભેગી કરવાની મુખ્ય પ્રવૃત્તિ પણ કરતા. ડાંગ આર્થિક જીવન બાબતે બહારની દુનિયા સાથે સંકળાયેલું હતું તેમની જંગલ પેદાશો ડાંગની સરહદ પર રહેલા વેપારીઓ વણઝારાઓને વેચતા. આ વણઝારાઓ તેમનું પશુધન ચરાવતા ઉનાળામાં જંગલોમાં આવતાં તેમાંથી કેટલાંક

મહુડીના ફળો મેદાનોમાં લઈ જતા અને બાકીના ડાંગની સરહદ પર આવેલા દારૂનો ધંધો કરનારને પહોંચાડતા તેમાંથી જે રકમ મળતી તેમાંથી જીવનનું ગુજરાન કરતાં.

ભીલ લોકો સામાન્ય રીતે શ્યામળા અને કેટલાક ઘઉવર્ણા હોય છે. શરીરે મજબૂત બાંધાના સુદઢ અને કસાયેલા હોય છે, સ્વભાવે પ્રામાણિક અને સંતોષી છતાં પ્રસંગે ઝનૂની બની શકે છે. પહેલાં ધનુર્વિદ્યામાં તેઓ પારંગત હતાં. અને ધાર્યું નિશાન તાકવાની તેમની કળા જાણીતી છે. ડુંગર હોય કે ટેકરી હોય ગમે ત્યાંથી ઉપર ચઢવાનું નીચે ઉતરવાનું એ તેમના માટે એક રમતની વાત છે. સ્વાતંત્ર્ય પ્રીતિના અમૂલ્ય ગુણામાં તેઓ ચઢીયાતાં છે.

રહેણી કરણીમાં ભીલો, કુંણબી અને વારલી કરતાં સારા વાંસની ઝૂંપડીમાં રહે અને શિકાર એમનો મુખ્યવ્યવસાય છે. દારૂ જેવા માદક પીણાંના શોખીન વધુ જોવા મળે છે.

ભીલ લોકો 'આમી રાજા' , 'આમી રાજ કુંવર', 'આમના રાજ' (અમે રાજા 'અમે રાજ કુંમાર', 'અમારું રાજ') એવા શબ્દો દ્વારા પોતાની ખુમારી વ્યક્ત કરે છે. આ ભીલ જાતિએ એક સમયે વહીવટકર્તાઓ, રાજકર્તાઓ તરીકે સત્તા ભોગવતા હતા. તેઓ આજે કુનબી અને વારલીના ખેતરમાં ખેતમજૂર તરીકે કામ કરતા જોવા મળે છે.

કુનબી :

અંગ્રેજોના સમયમાં ડાંગ પ્રદેશમાં જે જાતિઓએ પ્રવેશ કર્યો તેમાં કુનબીઓ પણ હતાં. એવું વિદ્વાનો માને છે. આજ થી લગભગ સવાસો વર્ષ વહેલાં ઈ.સ.૧૮૫૨-૫૪ ની સાલમાં અંગ્રેજોના સરકારી દફતરમાં કુનબી શબ્દોનો લેખિત પુરાવો જોવા મળે છે.

ડાંગી ભીલોના રાજ્યો વખતે અનુસૂચિત જાતિને ઘણું માનભર્યુ સ્થાન હતું, કુનબીઓ સમય જતાં ભીલ રાજ્ય વહીવટમાં પ્રવેશ કર્યો અને કારભારી, દિવાન, જેવી પદવી શોભાવી. ધીરે ધીરે રાજાઓ ઉપર પ્રભુત્વ સમાપ્ત કરી બીજા કુનબીઓને ડાંગમાં લાવી વસવાટનું સ્થાપન કર્યું. દર વર્ષે રાજાઓ તથા નાયક તરફથી વહીવટમાં ભાગ લેનાર કુનબીઓનું સન્માન કરવામાં આવતું હતું.

કુનબીઓ વાંસ અને નળીયાના બાંધેલા ઘરોમાં રહેતા હોય છે. તો કેટલાક કુનબીઓ પાકા મકાનો બાંધીને રહેવા લાગ્યા છે. મોટા ભાગના સપાટ અને ગામોમાં તેમનું વસવાટ રહેઠાણ જોવા મળે છે. જિલ્લાના દરેક ગામમાં તેમની વસ્તી અન્ય જાતિ કરતા મોખરે જોવા મળે છે. આમ, ગામમાં તે પ્રભુત્વ ધરાવતી જોવા મળે છે.

કુનબીઓનો મુખ્યવ્યવસાય ખેતી છે. અને સાથે પશુપાલન પણ કરે છે. તેઓ વરસાદ આધારિત ખેતી કરતા હોય છે. સિંચાઈની સુવિદ્યા ઓછી હોવાથી તેઓ આકાશ અથવા વરસાદ આધારિત ખેતી કરતા હોય છે ખુબ જ ઓછા લોકો સિંચાઈ દ્વારા ખેતી કરે છે.

કુનબીઓમાં શિક્ષણનું પ્રમાણ અન્ય જાતિ કરતા પ્રમાણમાં થોડું વધુ હોવાથી તેઓમાં કેટલાક સરકારી નોકરી પણ કરે છે. આમ, અન્ય જાતિ કરતા વ્યવસાયિક દ્રષ્ટિએ સુધરેલી જાતિ કહી શકાય.

કુંકણાં :

કુંકણા નામ કોંકણપટ્ટી ઉપરથી પડયું છે. આ આદિવાસીજાતિ અંગે વિદ્વાવાનોમાં મત મતાંતરો પ્રવર્તે છે. એક માન્યતા એવી પણ છે કે, કુંકણાં કોંકણી મૂળ જાતિ દક્ષિણ ભારતમાંથી ઉત્તરી આવી હોવાનું મનાય છે. કોઈ પણ બનાવ યા ઘટના ને કારણે સ્થળાંતર કર્યુ હશે તેવી માન્યતા પ્રવર્તે છે.કુંકણાઓ કુનબીઓની જેમ જ અર્ધ કાચું-પાકું મકાનના રહેઠાણમાં નિવાસ કરતા જોવા મળે છે.કેટલાક આર્થિક રીતે સદ્ધર લોકો પાંકુ રહેઠાણ ધરાવતા જોવા મળે છે. આમ, બંને એકબીજા સાથે સામ્યતા ધરાવતા હોવાથી તેમની વચ્ચે ભેદ પાડવો મુશ્કેલ બને છે.

ખેતી અને પશુપાલન એ કુંકણાઓનો વ્યવસાય કુંકણાઓ મોટા ભાગે વસવાટ આધારિત ખેતી કરતા જોવા મળે છે. કેટલાંક જંગલ આધારિત વ્યવસાય અને મજુરી પણ કરતા જોવા મળે છે. કુંકણાઓમાં શિક્ષણનું પ્રમાણ સારૂ હોવાથી સરકારી નોકરીઓમાં પણ જોડાયેલા છે.

વારલી :

વારલી એ કુંકણા જાતિને મળતી આવે છે અને તે ડાંગ જિલ્લાના દક્ષિણ ભાગમાં કુંકણા લોકોની સાથે રહે છે.

'વારલ' નો અર્થ થાય છે, જમીનનો ટૂકડો. આ જમીનના ખેડાણવાળા લોકોને 'વારલી' કહેવામાં આવે છે. દક્ષિણ પ્રદેશમાંથી આવીને ડાંગ જિલ્લામાં વસ્યા હોવાથી પણ 'વારલી' તરીકે ઓળખવાની સંભાવના છે.

કુંકણા જાતિ સાથે જ વારલી જાતિ પણ ડાંગમાં આવી છતાં આ જાતિ કુનબીની જેમ પોતાનું સ્વતંત્ર અસ્તિત્વ સ્થાપિત કરી શકી નથી. કુનબી અને ભીલ વચ્ચે આ જાતિ કડી રૂપ જોવા મળે છે. આ જાતિ ખાસ કરીને દક્ષિણ ગુજરાતમાં વલસાડ અને ડાંગ જિલ્લામાં જ જોવા મળે છે.

વારલીઓ કુનબી જાતિના લોકોની જેમ ખેતીમાં વધારે પ્રગતિશીલ છે. વારલીઓ નિસર્ગ શક્તિની પૂજા કરે છે. નદી, ઝરણાં, ડુંગરદેવ અને ચૈડાંદેવ તેઓના મુખ્ય દેવો છે.

ગામિત :

ગામિત જાતિના ઉદ્ભવ અંગે નક્કર ઐતિહાસિક માહિતીનો અભાવ છે. તેથી કેટલીક દંતકથાઓનો આશ્રય લેવામાં આવે છે. જે મુજબ (૧) ગામીત જાતિના લોકો લાટ પ્રદેશમાં (વર્તમાન દક્ષિણ ગુજરાત) ચંદ્રગુપ્ત મૌર્યના લશ્કરમાં સિપાઈઓ હતા, પરંતુ કાળક્રમે લશ્કરમાંથી છૂટા પડી ગામતળે જઈને રહ્યા, તેથી ગામતળા કહેવાયા, પછીથી ગામિત તરીકે ઓળખાયા. (૨) શ્રી કિશનસિંહ ગામિતના મત અનુસાર ઈતિહાસકારો ગામિત લોકોને અહીં બિહારમાંથી આવેલા હોવાનું જણાવે છે. અને મોગલ કાળમાં તેઓ બિહારમાં ચોથ ઉઘરાવવાનું કામ કરતા હતા. (૩) એક માન્યતા અનુસાર ગામિત જાતિ અહીંની જ મૂળ વતની છે અને તેમના પૂર્વજો સાલેર મૂલેર કિલ્લામાંથી ફરતા ફરતા અહીં આવ્યા છે. ડાંગના ભીલ રાજાઓ પણ પોતાને ગામિત તરીકે ઓળખાવે છે. (૪) ડૉ.બી.કે.રોયના અભિપ્રાય પ્રમાણે ગામિત મૂળતઃ મરાઠા હતા અને શિવાજીના નૌકાદળમાં કામ કરતા હતા. (૫) ડૉ.સિદ્ધરાજ સોલંકી ગામિત જાતિનો સંબંધ સૂર્યમાંથી રજપૂતો સાથે જોડે છે. તે સાથે એવું પણ કહેવાય છે કે પાવાગઢની આજુબાજુના વિસ્તારમાંથી ચાંપાનેર મહંમદ બેગડાએ આક્રમણ કર્યું ત્યારે અસ્તિત્વ બચાવવા ગામિતો દક્ષિણ દિશા તરફ ભાગી છૂટયા. તેમાથી કેટલીક ટુકડીઓ રાજપીપળા, સાગબારાનાં જંગલોમાં જઈને વસી-તેઓ પાછળથી વસાવા કહેવાયા, જ્યારે કેટલાક લોકો ગામોમાં આવીને વસ્યા અને રહ્યા અને તે ગામિત કહેવાયા.

૨.૬ અભ્યાસ ક્ષેત્રના ગામોનો ટૂંકમાં પરિચય :

૧. જામાલા :

જામાલા ગામ ગુજરાત રાજ્યના ડાંગ જિલ્લાના આહવા તાલુકા (હાલ સુબીર તાલુકો) માં આવેલું છે. જામાલા ગામ જિલ્લા મથકેથી ૫૫ કિ.મી. દૂર છે. નવા નિમાયેલા તાલુકા સુબીરથી ૨૨ કિ.મી. છે. જામાલા ગામ મહારાષ્ટ્ર જતો રાજ્ય ધોરીમાર્ગ નવાપુર રોડ પર ૩ કિ.મી. અંદર આવેલું છે. જામાલા ગામની ઉત્તરે મહારાષ્ટ્ર રાજ્યનું નવાપુર ગામ, દક્ષિણે સુબીર તાલુકો પશ્ચિમે સોનગઢ તાલુકો અને પૂર્વમાં બીલીઆંબા ગામ આવેલું છે. ઈસાને કેશબંધ ગામ અગ્નિએ શિંગાણા ગામ વાયવ્યમાં નિશાન ગામ અને નૈઋત્યમાં ગાવદાહાડ ગામ આવેલું છે. ગામનું કુલ ક્ષેત્રફળ

૧૬૫.૬૨૦ હેક્ટર છે. જેમાં ૫૭૯.૨૭૦ હેક્ટર ખરાબો તથા રીઝર્વફોરેસ્ટ /પ્રોટેક્ટ ફોરેસ્ટની જમીન છે. ૨૦૧૧ ની વસ્તી ગણતરી મુજબ ગામની કુલ વસ્તી ૫૧૬ જેટલી છે. જેમાં પુરૂષ ૨૫૯ અને સ્ત્રી ૨૬૭ જેટલી છે. જામાલા ગામમાં રહેતા લોકો બધા જ આદિવાસીઓ છે.જેમાં કોંકણી, કુનબી, ભીલ, કાથોડી, ગામિત વગેરે આદિવાસી પેટા જ્ઞાતિનો ગામમાં વસવાટ કરેલો જોવા મળે છે.

જામાલા ગામમાં ગ્રામપંચાયત નથી પરંતુ ગૃપપંચાયત છે. ગામની પંચાયત જામાલા ગામમાં જ છે. જામાલા કેશબંધ, બિલિઆંબા, ટિંબરથવા એમ ચાર ગામ મળીને એક ગૃપપંચાયત છે. આ ગામમાં ૧ થી ૫ ધોરણ સુધીની પ્રાથમિક શાળા છે. આગળના અભ્યાસ માટે બાળકોને બીજા ગામમાં એટલે કે નજીકના ગામો શિંગાણા, સુબિર, અથવા તો આશ્રમ શાળામાં બાળકોને ભણવા માટે મોકલવામાં આવે છે. ગામમાં મેન રોડ ડામર સપાટી મુખ્ય રસ્તાથી માજી સરપંચના ઘર સુધી કાચો રસ્તો આશરે ૬૦૦ મીટર જેટલો છે.

૨. ગુંજપેડા :

ગુંજપેડા ગામ ગુજરાત રાજયના ડાંગ જિલ્લાના આહવા તાલુકા (હાલ વઘઈ તાલુકો) માં આવેલું છે. ગુંજપેડા ગામ જિલ્લા મથકેથી ૪૦ કિ.મી. દૂર આવેલું છે. નવા નિમાયેલા વઘઈ તાલુકાથી ૩૦ કિ.મી. છે. ગુંજપેડા ગામ તાપી જિલ્લાના વ્યારા તરફ જતાં રસ્તાથી ૧૦ કિ.મી. અંદર ગામ આવેલું છે. ગુંજપેડા ગામની ઉત્તરે કાલીબેલ ગામ, દક્ષિણે આહવા જતાં મુખ્ય માર્ગ પર પીંપરી ગામ, પશ્ચિમે વાંઝટઆંબા ગામ, અને પૂર્વમાં માછળી ગામ આવેલું છે. ઈશાને દિવાનેટેમ્બ્રુન અગ્નિએ હનવતચોંડ, નેત્રૃત્યમાં ઢાઢર ગામ આવેલું છે. ગામનું કુલ ક્ષેત્રફળ ૩૪૯.૫૫૦ હેક્ટર છે. જેમાંથી ૧૭૩ હેક્ટર ખરાબો તથા રીઝર્વ ફોરેસ્ટ તથા પ્રોટેક્ટ ફોરેસ્ટની જમીન છે. ૨૦૧૧ની વસ્તી ગણતરી મુજબ ગામની કુલ વસ્તી ૨૭૦ જેટલી છે. જેમાં પુરૂષો ૧૪૩ છે અને સ્ત્રીઓ ૨૩૬ જેટલી છે. ગુંજપેડા ગામમાં રહેતા બધા જ લોકો આદિવાસીઓ છે. જેમાં ભીલ જ્ઞાતિના આદિવાસીઓ સૌથી વધારે છે. અને એકજ કુટુંબ કોંકણી આદિવાસીનું કુટુંબ છે.

ગુંજપેડા ગામમાં ગ્રામપંચાયત નથી. પરંતુ ગૃપગ્રામપંચાયત છે. ગામની પંચાયત સરવર ગામમાં છે. સરવર, ઘોડી, સોડમાળ, ગુંજપેડા એમ ચાર ગામ મળી એક જ ગૃપપંચાયત છે. ગામમાં ૧ થી ૭ ધોરણ સુધીની પ્રાથમિક શાળા છે. આગળના અભ્યાસ માટે બાળકોને બીજા ગામમાં એટલે કે નજીકના ગામો કાલીબેલ અને પીંપરી

બાળકોને અભ્યાસ માટે મોકલવામાં આવે છે. ગામનો મુખ્ય રસ્તો પાકો ડામર વાળો અને ગામની અંદરના રસ્તા સીમેન્ટ કોંક્રીટ વાળા છે.

ગામમાં આરોગ્યની સારવાર માટે દવાખાનું નથી. આરોગ્યની સારવાર માટે પીંપરી ગામ અથવા બીજી જગ્યાએ દવાખાને જવું પડે છે. ગામમાં આરોગ્યની સારવાર માટે નર્સ બહેન મહિનામાં એક બે વખતે ઘરે ઘરે ફરે છે. તેમજ આરોગ્ય વર્કરો આરોગ્યની સેવા પુરી પાડે છે. પીએચ.સી. આરોગ્ય સેન્ટર પીંપરી ગામમાં આવેલું છે.

૩. **વાડિયાવન :**

વાડિયાવન ગામ ગુજરાત રાજયના ડાંગ જિલ્લાના આહવા તાલુકા (હાલ સુબીર તાલુકો) માં આવેલું છે. વાડિયાવન ગામ જિલ્લા મથકે થી ૫ કિ.મી. દૂર આવેલું છે. નવા નિમાયેલ તાલુકા સુબિર થી ૪૦ કિ.મી. દૂર આવેલું છે. મહારાષ્ટ્ર રાજ્યમાં જતો ધોરી માર્ગ ચીંચલી ગામથી ૧૫ કિ.મી. અંદર આવેલું ગામ છે. વાડિયાવન ગામની ઉત્તરેગામ જિલ્લા મથકેથી ૫૦ કિમી દૂર આવેલું છે. નાકટીયાહનવત ગામ, દક્ષિણે ચીંચલી ગામ, પશ્ચિમે પીપલાઈદેવી ગામ, અને પૂર્વમાં મહારાષ્ટ્ર રાજયની બોર્ડર આવેલી છે. ઈશાને અને અગ્નિએ પણ મહારાષ્ટ્ર રાજયની બોર્ડર આવેલી છે. વાયવ્યમાં ચીંચવીહીર ગામ આવેલું છે. અને નૈઋત્યમાં મોરઝીરા ગામ આવેલું છે. ગામનું કુલ ક્ષેત્રફળ ૫૩૮૫.૪૮૦ હેક્ટર છે. તેમાંથી ૮૩૬.૪૫૦ જેટલી ખરાબો તથા રીઝર્વ ફોરેસ્ટની જમીન છે. ૨૦૧૧ની વસ્તી ગણતરી મુજબ ગામની કુલ વસ્તી ૩૨૦ જેટલી છે. જેમાં પુરૂષ ૧૫૭ અને સ્ત્રી ૧૬૩ જેટલી છે. વાડિયાવન ગામમાં રહેતા બધા જ લોકો આદિવાસી જ્ઞાતિના છે. જેમાં બધા જ હિન્દુ ભીલ પેટાજ્ઞાતિના લોકો છે.

વાડિયાવન ગામમાં ગ્રામપંચાયત નથી પરંતુ ગૃપગ્રામ પંચાયત છે. ગામની પંચાયત હારપાડા ગામમાં છે. સાદડવીહીર, જામલાપાડા, હારપાડા, એમ છ ગામો મળી એક ગૃપપંચાયત છે. ગામમાં ૧ થી ૫ ધોરણ સુધીની પ્રાથમિક શાળા છે. આગળના અભ્યાસ માટે બાળકોને બીજા ગામમાં એટલે કે નજીકના ગામ ઝરી, ગારખડી, હારપાડા અથવા તો બાળકોને આશ્રમ શાળામાં મોકલવામાં આવે છે. ગામમાં જવા માટે મુખ્ય રસ્તો પાકો અને અડધેથી કાચો રસ્તો તેમજ ગામમાં પગદંડી જેવો રસ્તો છે.

ગામના સામાજિક રીતરિવાજોમાં શિક્ષણનું પ્રમાણ ઓછું હોવાથી આધુનિક અને પરંપરાગત બંને રિવાજો જોવા મળે છે. તેમજ લોકો આધુનિક, પરંપરાગત બંને પહેરવેશ પહેરતા જોવા મળે છે. ગામમાં હજી પણ કેટલાક લોકો પોતાના બાળકોના લગ્ન ૧૮ થી નાની વયે કરે છે. ગામમાં ખાસ જાણવા જેવું મરણપ્રસંગમાં જે માણસ

આત્મહત્યા કરીને મૃત્યુ પામ્યો હોય તેને સળગાવી દેવામાં આવે છે. અને કુદરતી રીતે મરણ થયું હોય તો દાટી દેવામાં આવે છે. તેમજ ગરીબીને કારણે બધા જ લોકો સુગરમાં કામ કરવા માટે જાય છે.

૪. સુન્દા :

સુન્દા ગામ ગુજરાત રાજ્યના ડાંગ જિલ્લાના આહવા તાલુકા (હાલ આહવા તાલુકો) માં આવેલું છે. ગામ જિલ્લા મથકે થી ૧૦ કિ.મી.દૂર આવેલું છે. મુખ્ય ધોરી માર્ગ ઘોઘલી બસસ્ટેન્ડ થી ૭ કિ.મી. દૂર આવેલું છે. સુન્દા ગામની ઉત્તરે ઘોઘલી ગામ, દક્ષિણે ખાપરી ગામ, પશ્ચિમે કુતરનાચ્યા ગામ અને પૂર્વમાં ચડવેલ ગામ આવેલું છે. ઈશાને આહવા તાલુકો અગ્નિએ વાસુણા ગામ, વાયવ્યમાં ભવાનદગડ, નૈઋત્યમાં દગડીઆંબા ગામ આવેલું છે. ગામનું ક્ષેત્રફળ ૩૬૬.૮૭૦ છે. જેમાંથી ૧૭૧.૨૬૦ હેક્ટર ખરાબો તથા રિઝર્વફોરેસ્ટ/પ્રોજેક્ટ ફોરેસ્ટની જમીન છે. ૨૦૧૧ની વસ્તી ગણતરી મુજબ ગામની કુલ વસ્તી ૬૪૨ જેટલી છે. જેમાં પુરૂષો ૩૨૮ અને સ્ત્રી ૩૧૪ જેટલી છે. ગામમાં રહેતા બધા જ લોકો આદિવાસીઓ છે. જેમાં કુનબી, વારલી, ભીલ વગેરે પેટાજ્ઞાતિઓ આ ગામમાં છે.

ગામનું આંતર માળખું ૧ થી ૫ ધોરણ સુધીની પ્રાથમિક શાળા, સસ્તા અનાજની દુકાન - ૧, દુધ ડેરી-૧, આંગણવાડી કેન્દ્ર - ૧, તાર ટપાલ, ટેલિફોન, મોબાઈલ વગેરે ઉપલબ્ધ છે. જિલ્લા મથકેથી ગામમાં બસની વ્યવસ્થા નથી. ખાનગી વાહન વ્યવહાર જોવા મળે છે. ગામના મુખ્ય રસ્તાઓ ખરાબ જોવા મળે છે. ગામમાં વિજળી ૧૯૯૯-૨૦૦૦ ના વર્ષમાં જ્યોતિગ્રામ યોજના હેઠળ ગામમાં ૧૦૦% વિજળીકરણ થયેલું જોવા મળે છે.

૫. મોટીદાબદર :

મોટીદાબદર ગામ ગુજરાત રાજ્યના ડાંગ જિલ્લાના આહવા તાલુકા (હાલ વઘઈ તાલુકો) માં આવેલું છે. મોટીદાબદર ગામ જિલ્લા મથકે થી ૫૨ કિ.મી.દૂર આવેલું છે. નવા નિમાયેલા વઘઈ તાલુકાથી ૨૨ કિ.મી. દૂર છે. મોટીદાબદર ગામ સાપુતારા રોડ પર આવેલું ગામ છે. મોટીદાબદર જવા માટે વઘઈ થી રંભાસ ગામથી સાકળપાતળ ગામ સાકળપાતળ આહેરડીગામ ત્યાર પછી મોટીદાબદર ગામ આવે છે. મોટીદાબદર ગામની ઉત્તરે ભેંડમાળ ગામ, દક્ષિણે નાની દાબદર ગામ, પશ્ચિમે રંભાસ ગામ, અને પૂર્વમાં ખાપરી ગામ આવેલું છે. ઈશાને વાંગણ ગામ અગ્નિએ નાનાપાડા, વાયવ્યે દગડીઆંબા ગામ નૈઋત્યમાં સાકળપાતળ ગામ આવેલું છે. ગામનું કુલ ક્ષેત્રફળ

૭૦૧.૫૬૬ હેક્ટર છે.જેમાંથી ૪૦૧.૬૦૨ હેક્ટર ખરાબો તથા રિઝર્વ ફોરેસ્ટ તથા પ્રોટેક્ટ ફોરેસ્ટની જમીન છે. ૨૦૧૧ ની વસ્તી ગણતરી મુજબ ગામની કુલ વસ્તી ૭૩૪ જેટલી છે. જેમાં પુરૂષ ૩૭૦ છે. અને સ્ત્રી ૩૬૪ જેટલી છે. મોટીદાબદર ગામમાં રહેતા બધા જ લોકો આદિવાસીઓ છે. જેમાં કુનબી, કોંકણી અને ભીલ વગેરે પેટાજ્ઞાતિના લોકો ગામમાં રહે છે.

મોટીદાબદર ગામમાં ગ્રામપંચાયત નથી, ગૃપપંચાયત છે. ગામની પંચાયત ભેંડમાળ ગામમાં છે. ભેંડમાળ ગામ, આમસરવન, લવારિયા વાઘમાળ, મોટીદાબદર એમ પાંચ ગામ મળી એક ગૃપપંચાયત છે.ગામમાં ૧ થી ૭ ધોરણ સુધીની પ્રાથમિક શાળા છે. આગળના અભ્યાસ માટે બાળકોને બીજા ગામમાં એટલે કે નજીકના ગામમાં સાકળપાતળ કે રંભાસ ગામે બાળકોને અભ્યાસ માટે મોકલવામાં આવે છે. ગામનો મુખ્ય રસ્તો ડામરવાળો બનાવેલો છે.

૬. જોગબારી :

જોગબારી ગામ ગુજરાતના રાજ્યના ડાંગ જિલ્લાના આહવા તાલુકા (હાલ આહવા તાલુકો) માં આવેલું છે. જોગબારી ગામ જિલ્લા મથકે થી ૩૬ કિ.મી. દૂર છે. જોગબારી ગામ જવા માટે જિલ્લા મથકે થી બોરખલ ગામ બોરખલ ગામથી ગલકુંડ ગામથી મુખ્ય ધોરી માર્ગ પર આવેલું સામગહાન ગામથી ૩ કિ.મી. અંદર ગામ આવેલું છે. જોગબારી ગામની ઉત્તરે સામગહાન ગામ, દક્ષિણે બરડપાણી ગામ, પશ્ચિમે હંબાપાડા ગામ, અને પૂર્વમાં માલેગાવ ગામ આવેલું છે. ઈસાને સાપુતારા અગ્નિએ બરમ્યાવડ ગામ વાયવ્યમાં રાનપાડા ગામ નૈઋત્યે મોટીમાળુંગા ગામ આવેલું છે. ગામનું ક્ષેત્રફળ ૨૪૭.૧૧૦ હેક્ટર છે. જેમાં ૭૦.૧૬૦ હેક્ટર ખરાબો તથા રિઝર્વ ફોરેસ્ટ/પ્રોટેક્ટ ફોરેસ્ટની જમીન છે. ૨૦૧૧ ની વસ્તી ગણતરી મુજબ ગામની વસ્તી ૪૫૨ જેટલી છે. જેમાં પુરૂષો ૨૧૬ અને સ્ત્રીઓ ૨૩૬ જેટલી છે. જોગબારી ગામમાં રહેતા લોકો બધા જ આદિવાસીઓ છે. જેમાં કોંકણી, વારલી, ભીલ વગેરે આદિવાસીઓની પેટા જ્ઞાતિના લોકો ગામમાં છે.

જોગબારી ગામમાં ગ્રામપંચાયત નથી પરંતુ ગૃપપંચાયત છે. ગામની પંચાયત માલેગાવ ગામ છે. માલેગાવ, જોગબારી, બરડપાણી એમ ૩ ગામ મળીને એક ગૃપપંચાયત બને છે. ગામમાં ૧ થી ૫ ધોરણ સુધીની શાળા છે. આગળના અભ્યાસ માટે બાળકોને નજીકના ગામે માલેગાવ ગામ સામગહાન અને સાપુતારા અભ્યાસ માટે મોકલવામાં આવે છે.ગામના મુખ્ય રસ્તા ડામરના જોવા મળે છે.

ગામમાં આરોગ્યની સારવાર માટે દવાખાનું નથી. આરોગ્યની સારવાર માટે નર્સબહેનો મહિનામાં એક બે વખત ઘરે ઘર ફરે છે. તેમજ આરોગ્ય વર્કરો આરોગ્યની સેવા પુરી પાડે છે. પી એચ.સી. સેન્ટર સામગહાન ગામમાં આવેલું છે.

પ્રકરણ - ૩
સંશોધનની આધારશીલા અને યોજના ઉપકરણ

૩.૧ પ્રસ્તાવના :

આ પ્રકરણમાં અભ્યાસક્ષેત્રમાં પસંદ કરેલા કુટુંબોનું કૌટુંબિક લાક્ષણિકતાઓ દર્શાવવામાં આવી છે. દરેક સંશોધક માટે નક્કી કરેલાં સંશોધન વિષય અંગે એકત્ર કરેલી માહિતીનું વર્ગીકરણ કરવું જરૂરી બને છે. પ્રસ્તુત અભ્યાસમાં ડાંગ પ્રદેશમાં વસવાટ કરતી જુદી જુદી આદિવાસી જાતિઓમાં પરિવર્તનની પ્રક્રિયા કેવી ચાલી રહી છે, તે ઉત્તરદાતાઓ પાસેથી જાણવાનો પ્રયાસ કર્યો છે.

આમ, આ પ્રકરણમાં કૌટૂબિક લાક્ષણિકતાઓમાં પસંદ કરેલા કુટુંબોની ઉંમર, જ્ઞાતિ, ધર્મ, શિક્ષણ, વ્યવસાય વગેરે અંગેની માહિતી દર્શાવવામાં આવી છે. આ સ્થિતિ જાણવા માટે, માહિતી એકત્રીકરણ માટે અનુસૂચિનો ઉપયોગ કરી તેમાં પૂછેલા જુદાં જુદાં વિભાગનાં પ્રશ્નોને ધ્યાનમાં રાખીને માહિતીઓનું વર્ગીકરણ આ પ્રકરણામાં રજૂ કરવામાં આવ્યું છે.

૩.૨ ઉત્તરદાતાની સામાન્ય માહિતી :

ઉત્તરદાતા (નિર્ણય કર્તા) એટલે એવી વ્યક્તિ કે જે કુટુંબના આર્થિક-સામાજિક કાર્યોના નિર્ણયમાં મુખ્ય ભૂમિકા ભજવે છે. કુટુંબના સભ્યોને યોગ્ય માર્ગદર્શન પુરું પાડતા હોય છે. નિર્ણયકર્તા કુટુંબની આર્થિક-સામાજિક તેમજ અન્ય જવાબદારી સંભાળતો હોય છે.

ઉત્તરદાતાની ઉંમર, શિક્ષણ, ધર્મ અને વ્યવસાય અંગેની વિગત કોષ્ટક નં.૪.૧ માં દર્શાવવામાં આવી છે.

કોષ્ટક નં. ૩.૧

ઉત્તરદાતાની સામાન્ય માહિતી દર્શાવતું કોષ્ટક

પસંદ કરેલા કુટુંબના પ્રકાર (અ.જ.જા.)	સંખ્યા	શિક્ષણ				ધર્મ	
		પ્રાથમિક	માધ્યમિક	ઉચ્ચ શિક્ષણ કોલેજ, પી.ટી.સી	અશિક્ષિત	હિન્દુ	ખ્રિસ્તી
		૧ થી ૮	૯ થી ૧૨				
કુનબી	૬૭	૧૮	૧૧	૩	૩૫	૫૬	૧૧

(ટકા)	કુંકણા	(ટકા)	કોંકણી	(ટકા)	વારલી	(ટકા)	ગામિત	(ટકા)	ભીલ	(ટકા)		(ટકા)
-૧૦૦	૧૧	-૧૦૦	૧૮	-૧૦૦	૨૪	-૧૦૦	૧૯	-૧૦૦	૧૩૧	-૧૦૦	૨૭૦	-૧૦૦
-૨૬.૯	૩	-૨૭	૯	-૫૦	૯	-૩૮	૮	-૪૨.૧	૫૨	-૩૯.૭	૯૯	-૩૬.૭
-૧૬.૪	૧	-૯.૧	૮	-૪૪.૪	૯	-૩૮	૩	-૧૫.૮	૧૫	-૧૧.૫	૪૭	-૧૭.૪
-૪.૪૮	-		-		-		૨	-૧૦.૫	૩	-૨.૨૯	૮	-૨.૯૮
-૫૨.૨	૭	-૬૪	૧	-૫.૫૬	૬	-૨૫	૬	-૩૧.૬	૬૧	-૪૬.૬	૧૧૬	-૪૩
-૮૩.૬	૧૧	-૧૦૦	૧૬	-૮૮.૯	૧૮	-૭૫	૨	-૧૦.૫	૮૧	-૬૧.૮	૧૮૪	-૬૮.૧
-૧૬.૪	-		૨	-૧૧.૧	૬	-૨૫	૧૭	-૮૯.૫	૫૦	-૩૮.૨	૮૬	-૩૧.૯

ક્રમ	પસંદ કરેલા કુટુંબના પ્રકાર (અ.જ.	સંખ્યા	વ્યવસાય							કુલ
			ખેતી	ખેત મજૂરી	ખાનગી નોકરી	સરકારી નોકરી	વેપાર ધંધો	પશુપાલન	અન્ય	
૧	કુનબી	૬૭	૩૮	૧૭	૨	૧	૩	૪(૫.૯૮)	૨	૬૭
	(ટકા)	-૧૦૦	-૫૬.૪	-૨૫.૪	-૨.૯૮	-૧.૫	-૪૪૭		-૨.૯૮	-૧૦૦
૨	કુંકણા	૧૧	૯	૧	૧				-	૧૧
	(ટકા)	-૧૦૦	-૮૧.૮	-૯.૧	-૦.૦૯	-	-	-		-૧૦૦
૩	કોંકણી	૧૮	૧૨	૧	૧	૧	૨	૧		૧૮
	(ટકા)	-૧૦૦	-૬૬.૭	-૫.૫૬	-૫.૫૫	-૫.૫૬	-૧૧.૧	-૫.૫૫	-	-૧૦૦
૪	વારલી	૨૪	૨૧	૧				૨		૨૪
	(ટકા)	-૧૦૦	-૮૮	-૪.૨	-	-	-	-૮.૩	-	-૧૦૦
૫	ગામિત	૧૯	૧૧	૩	૨	૨		૧	-	૧૯
	(ટકા)	-૧૦૦	-૫૭.૯	-૧૫.૮	-૧૦.૫	-૧૦.૫	-	-૫.૨૭		-૧૦૦
૬	ભીલ	૧૩૧	૬૯	૩૦	૫	૨	૮	૧૭		૧૩૧
	(ટકા)	-૧૦૦	-૫૨.૭	-૨૨.૯	-૩.૮૧	-૧.૫૨	-૬.૧	-૧૩	-	-૧૦૦
કુલ		૨૭૦	૧૬૦	૫૨	૧૨	૬	૧૩	૨૫	૨	૨૭૦
	(ટકા)	-૧૦૦	-૫૯.૩	-૧૯.૩	-૪.૪૪	-૨.૨૨	-૪.૮૧	-૯.૨૬	-૦.૭૫	-૧૦૦

ટેબલના આધારે વિશ્લેષણ :

કોષ્ટક નં.૩.૧ માં ઉત્તરદાતાની સામાન્ય માહિતી દર્શાવવામાં આવી છે. જેમાં ૨૪૭ ઉત્તરદાતા પુરૂષો છે. અને ૨૩ ઉત્તરદાતાઓ સ્ત્રી છે. જેમાં ૪૧ થી ૬૦ વર્ષના ઉત્તરદાતાઓ સૌથી વધારે ૫૭.૭૮ ટકા છે. આ ઉંમરે રોજગારી અને અન્ય જવાબદારી સંભાળવાની હોય છે.ત્યાર પછી ૨૦ થી ૪૦ વર્ષના ૨૪.૪૪ ટકા છે. ૬૦

થી વધુ વર્ષના ઉત્તરદાતા ૧૭.૭૮ ટકા છે. તેમજ સૌથી વધારે ઉત્તરદાતાઓ અશિક્ષિત છે. જે ૬૮.૧૪ ટકા છે. પ્રાથમિક શિક્ષણ ૩૬.૬૭ ટકા છે. માધ્યમિક ૧૭.૪૦ ટકા છે. ઉચ્ચ શિક્ષણ ૨.૯૮ ટકા છે. ઉત્તરદાતાઓ હિન્દુ ધર્મ વધારે પાળે છે. જે ૬૮.૧૪ ટકા છે. ખ્રિસ્તી ધર્મ ૩૧.૮૬ ટકા છે. પસંદ કરેલા ઉત્તરદાતાઓમાં સૌથી વધારે ઉત્તરદાતાઓ ખેતીના વ્યવસાય સાથે જોડાયેલા છે. જે ૫૯.૨૬ ટકા છે. ખેત મજૂરી કરતાં હોય એવા ઉત્તરદાતા ૧૯.૨૬ ટકા છે. ખાનગી નોકરી કરતા ઉત્તરદાતા ૪.૪૪ ટકા છે. સરકારી નોકરી કરતા ઉત્તરદાતા ૨.૨૨ ટકા છે. વેપાર ધંધો કરતા હોય એવા ઉત્તરદાતા ૯.૨૬ ટકા છે. પશુપાલન વ્યવસાય કરતાં ઉત્તરદાતા ૯.૨૬ ટકા છે. અને અન્ય વ્યવસાય કરતા ૦.૭૫ ટકા છે.

કુનબી જ્ઞાતિના આદિવાસી કુટુંબોમાં ૬૦ ઉત્તરદાતા પુરૂષો છે અને ૭ ઉત્તરદાતા સ્ત્રી છે. જેમાં ૪૧ થી ૬૦ વર્ષના ઉત્તરદાતાઓ સૌથી વધારે છે. જે ૫૩.૭૩ ટકા છે. ૬ થી વધુ વયના ૨૮.૩૬ ટકા છે. ૨૦ થી ૪૦ વયના ૧૭.૯૧ ટકા છે.

તેમજ સૌથી વધારે ઉત્તરદાતાઓ અશિક્ષિત છે. જે ૫૨.૨૪ ટકા છે. પ્રાથમિક શિક્ષણનું પ્રમાણ ૨૬.૮૭ ટકા છે. માધ્યમિક શિક્ષણનું પ્રમાણ ૧૬.૪૧ ટકા છે. ઉચ્ચ શિક્ષણનું પ્રમાણ ૪.૪૮ ટકા છે. સૌથી વધારે ઉત્તરદાતાઓ દિન્દુ ધર્મ પાળે છે. જે ૮૩.૫૯ ટકા છે. ખ્રિસ્તી ધર્મ પાળનારા ઉત્તરદાતા ૧૬.૪૧ ટકા છે. તેમજ સૌથી વધારે ઉત્તરદાતાઓ ખેતીના વ્યવસાય સાથે જોડાયેલા છે. જે ૫૬.૩૮ ટકા છે. ખેત મજૂરી કરતા ઉત્તરદાતા ૨૫.૩૮ ટકા છે. ખાનગી નોકરી કરતા ઉત્તરદાતા ૨.૯૮ ટકા છે. સરકારી નોકરી કરતા ઉત્તરદાતા ૧.૫૦ ટકા છે. વેપાર ધંધો કરતા ઉત્તરદાતા ૪.૪૭ ટકા છે. પશુપાલનનો વ્યવસાય કરતા ઉત્તરદાતા ૫.૯૮ ટકા છે. અને અન્ય વ્યવસાય ૨.૯૮ ટકા છે.

કુંકણા જ્ઞાતિના આદિવાસી કુટુંબોમાં ૯૦.૯૦ ટકા ઉત્તરદાતા પુરૂષો છે અને ૯.૧૦ ટકા ઉત્તરદાતા સ્ત્રી છે. જેમાં ૧૦ થી ૬૦ વયના ઉત્તરદાતા ૯૦.૯૦ ટકા છે. અને ૨૦ થી ૪૦ વયના ૯.૧૦ ટકા ઉત્તરદાતા છે. તેમજ સૌથી વધારે ઉત્તરદાતા અશિક્ષિત છે. જે ૬૩.૬૩ ટકા છે. પ્રાથમિક શિક્ષણનું પ્રમાણ ૨૭.૨૭ ટકા છે. માધ્યમિક શિક્ષણનું પ્રમાણ ૯.૧૦ ટકા છે. ઉચ્ચશિક્ષણ મેળવેલ એક પણ ઉત્તરદાતા નથી. ૧૦૦ ટકા ઉત્તરદાતા હિન્દુ ધર્મ પાળે છે. સૌથી વધારે ઉત્તરદાતા ખેતીના

વ્યવસાય સાથે જોડાયેલા છે. જે ૮૧.૮૧ ટકા છે. ખેતમજૂરી ૯.૧૦ ટકા છે. ખાનગી નોકરી કરતા ઉત્તરદાતા ૯.૦૯ ટકા છે.

કોંકણી જ્ઞાતિના આદિવાસી કુટુંબોમાં સૌથી વધારે ઉત્તરદાતા પુરૂષ છે. જે ૭૭.૭૮ ટકા છે. અને સ્ત્રી ઉત્તરદાતા ૨૨.૨૨ ટકા છે. જેમાં સૌથી વધારે ૪૧ થી ૬૦ વયના ઉત્તરદાતા છે. જે ૬૬.૬૭ ટકા છે. ૬૧ થી વધુ વયના ૩૩.૩૩ ટકા છે. તેમજ પ્રાથમિક શિક્ષણ મેળવેલ ઉત્તરદાતાનું પ્રમાણ વધારે છે. જે ૫૦ ટકા છે. માધ્યમિક શિક્ષણનું પ્રમાણ ૪૪.૪૪ ટકા છે. અશિક્ષિતનું પ્રમાણ ૫.૫૬ ટકા છે. તેમજ સૌથી વધુ હિન્દુ ધર્મ પાળે છે. જે ૯૮.૮૯ ટકા છે. અને ખ્રિસ્તી ધર્મ પાળનાર ૧૧.૧૧ ટકા છે. સૌથી વધારે ઉત્તરદાતા ખેતીના વ્યવસાય સાથે જોડાયેલા છે. જે ૬૬.૬૭ ટકા છે. ખેત મજૂરીનો વ્યવસાય કરતા ઉત્તરદાતા ૫.૫૬ ટકા છે. ખાનગી નોકરી કરતા ઉત્તરદાતા ૫.૫૫ ટકા છે. સરકારી નોકરી કરતા ઉત્તરદાતા ૫.૫૫ ટકા છે. વેપાર ધંધો કરતા ઉત્તરદાતા ૧૧.૧૧ ટકા છે. પશુપાલનનો વ્યવસાય કરતાં ઉત્તરદાતા ૫.૫૫ ટકા છે.

વારલી જ્ઞાતિના આદિવાસી કુટુંબોમાં ૮૭.૫૦ ટકા ઉત્તરદાતા પુરૂષો છે. અને ૧૨.૫૦ ટકા ઉત્તરદાતા સ્ત્રીઓ છે. જેમા ૪૧ થી ૬૦ વર્ષના ઉત્તરદાતાઓ સૌથી વધારે છે. જે ૬૬.૬૬ ટકા છે. ૨૦ થી ૪૦ વર્ષના ઉત્તરદાતા ૧૬.૬૭ ટકા છે. ૬૦ થી વધુ વયના ઉત્તરદાતા ૧૬.૬૭ ટકા છે. તેમજ પ્રાથમિક શિક્ષણનું પ્રમાણ ૩૭.૫૦ ટકા છે. અને માધ્યમિક શિક્ષણનું પ્રમાણ ૩૭.૫૦ ટકા છે. અશિક્ષિત ઉત્તરદાતાનું પ્રમાણ ૨૫ ટકા છે. સૌથી વધારે ઉત્તરદાતા હિન્દુ ધર્મ પાળે છે. જે ૭૫ ટકા છે અને ખ્રિસ્તી ધર્મ ૨૫ ટકા છે. સૌથી વધારે ઉત્તરદાતાઓ ખેતીના વ્યવસાય સાથે જોડાયેલા છે. જે ૮૭.૬૦ ટકા છે. ખેતમજૂરી કરતા ઉત્તરદાતા ૪.૧૬ ટકા છે. તેમજ પશુપાલનના વ્યવસાય કરતા હોય એવા ઉત્તરદાતાનું પ્રમાણ ૮.૩૩ ટકા છે.

ગામિત જ્ઞાતિના આદિવાસી કુટુંબોમાં ૯૪.૭૩ ટકા ઉત્તરદાતા પુરૂષો છે. અને ૫.૨૭ ટકા ઉત્તરદાતા સ્ત્રીઓ છે. જેમા ૪૧ થી ૬૦ વર્ષના ઉત્તરદાતાઓ સૌથી વધારે છે. જે ૭૩.૬૯ ટકા છે. ૨૦ થી ૪૦ વર્ષના ઉત્તરદાતા ૧૫.૭૮ ટકા છે. ૬૧ થી વધુ વર્ષના ઉત્તરદાતા ૧૦.૫૨ ટકા છે. તેમજ પ્રાથમિક શિક્ષણનું પ્રમાણ ૪૨.૧૦ ટકા છે. અને માધ્યમિક શિક્ષણનું પ્રમાણ ૧૫.૭૯ ટકા છે. ઉચ્ચ શિક્ષણનું પ્રમાણ ૧૦.૫૨ ટકા છે.અશિક્ષિત ઉત્તરદાતાનું પ્રમાણ ૩૧.૫૮ ટકા છે. તેમજ સૌથી વધારે ઉત્તરદાતા ખ્રિસ્તી ધર્મ પાળે છે. જે ૮૯.૪૮ ટકા છે અને હિન્દુ ધર્મ પાળનારા ઉત્તરદાતા ૧૦.૫૨

ટકા છે. સૌથી વધારે ઉત્તરદાતાઓ ખેતીના વ્યવસાય સાથે જોડાયેલા છે. જે ૫૭.૯૦ ટકા છે. ખેતમજૂરી કરતા ઉત્તરદાતા ૧૫.૭૯ ટકા છે. ખાનગી નોકરી કરતા ઉત્તરદાતા ૧૦.૫૨ ટકા છે. સરકારી નોકરી કરતા ઉત્તરદાતા ૧૦.૫૨ ટકા છે. તેમજ પશુપાલનના વ્યવસાય કરતા હોય એવા ઉત્તરદાતાનું પ્રમાણ ૫.૨૭ ટકા છે.

ભીલ જ્ઞાતિના આદિવાસી કુટુંબોમાં ૯૪.૬૬ ટકા ઉત્તરદાતા પુરૂષો છે. અને ૫.૩૪ ટકા ઉત્તરદાતા સ્ત્રીઓ છે. જેમા ૪૧ થી ૬૦ વર્ષના ઉત્તરદાતાઓ સૌથી વધારે છે. જે ૫૧.૯૦ ટકા છે. ૨૦ થી ૪૦ વર્ષના ઉત્તરદાતા ૩૫.૧૧ ટકા છે. ૬૧ થી વધુ વર્ષના ઉત્તરદાતા ૧૨.૯૯ ટકા છે. તેમજ પ્રાથમિક શિક્ષણનું પ્રમાણ ૩૯.૭૦ ટકા છે. અને માધ્યમિક શિક્ષણનું પ્રમાણ ૧૧.૪૬ ટકા છે. ઉચ્ચ શિક્ષણનું પ્રમાણ ૨.૨૯ ટકા છે.અશિક્ષિત ઉત્તરદાતાનું પ્રમાણ ૪૬.૫૫ ટકા છે. સૌથી વધારે ઉત્તરદાતા હિન્દુ ધર્મ પાળે છે. જે ૬૧.૮૩ ટકા છે અને ખ્રિસ્તી ધર્મ પાળનારા ઉત્તરદાતાનું પ્રમાણ ૩૮.૧૭ ટકા છે. સૌથી વધારે ઉત્તરદાતાઓ ખેતીના વ્યવસાય સાથે જોડાયેલા છે. જે ૫૨.૩૮ ટકા છે. ખેતમજૂરી કરતા ઉત્તરદાતા ૨૨.૯૨ ટકા છે. ખાનગી નોકરી કરતા ઉત્તરદાતાનું પ્રમાણ ૩.૮૧ ટકા છે. સરકારી નોકરી કરતા ઉત્તરદાત્તાનું પ્રમાણ ૧.૫૨ ટકા છે. વેપાર ધંધા કરતા ઉત્તરદાતાનું પ્રમાણ ૬.૧૦ ટકા છે. અને પશુપાલન કરતા ઉત્તરદાતાનું પ્રમાણ ૧૨.૯૮ ટકા છે.

૩.૩ કુટુંબની સભ્ય સંખ્યા :

અભ્યાસક્ષેત્રમાં પસંદ કરેલા કુટુંબના કદ વિશે જાણવું જરૂરી છે. કુટુંબનું કદ આર્થિક જીવન ધોરણને અસર કરે છે. કુટુંબનું કદ અને કુટુંબમાં સ્ત્રી-પુરૂષનું પ્રમાણ એ કોઈપણ કુટુંબના વિકાસ માટે મહત્ત્વનું પરિબળ છે. જો કુટુંબનું કદ નાનું હોય અને સ્ત્રી-પુરૂષનું પ્રમાણ પ્રમાણસર હોય તેવા કુટુંબોનો આર્થિક, સામાજિક વિકાસ ઝડપી બને છે. આમ, કુટુંબની સભ્ય સંખ્યા નીચે મુજબ કોષ્ટક નં.૪.૨ માં દર્શાવવામાં આવેલ છે.

કોષ્ટક નં.૩.૨

કુટુંબની સભ્ય સંખ્યા

ક્રમ	પસંદ કરેલા કુટુંબો	સંખ્યા	સ્ત્રી	પુરૂષ	કુલ	કુટુંબનું કદ
૧	કુનબી (ટકા)	૬૭	૨૨૦ (૫૦.૪૬)	૨૧૬ (૪૯.૫૪)	૪૩૬ (૧૦૦)	૭

૨	કુંકણા (ટકા)	૧૧	૩૦ (૫૧.૭૨)	૨૮ (૪૮.૨૮)	૫૮ (૧૦૦)	૫.૨૭
૩	કોંકણી (ટકા)	૧૮	૪૯ (૪૭.૧૧)	૫૫ (૫૨.૮૯)	૧૦૪ (૧૦૦)	૬
૪	વારલી (ટકા)	૨૪	૭૧ (૪૭.૬૬)	૭૮ (૫૨.૩૪)	૧૪૯ (૧૦૦)	૭
૫	ગામિત (ટકા)	૧૯	૪૬ (૪૬.૯૩)	૫૨ (૫૩.૦૭)	૯૮ (૧૦૦)	૫.૧૫
૬	ભીલ (ટકા)	૧૩૧	૩૮૩ (૪૯.૪૯)	૩૯૧ (૫૦.૫૧)	૭૭૪ (૧૦૦)	૬
૭	કુલ (ટકા)	૨૭૦	૭૯૯ (૪૯.૩૬)	૮૨૦ (૫૦.૬૪)	૧૬૧૯ (૧૦૦)	૬.૦૧

ટેબલના આધારે વિશ્લેષણ :

કોષ્ટક નં.૩.૨ માં કુટુંબની સભ્ય સંખ્યા અને કુટુંબનું કદ દર્શાવવામાં આવ્યું છે. સમગ્ર રીતે જોતા સ્ત્રીની સાપેક્ષમાં પુરૂષનું પ્રમાણ નોંધપાત્ર રીતે વધારે છે. જેનું કારણ પુરૂષ પ્રધાન સમાજ છે. કુલ કુટુંબ સભ્યોમાં ૪૯.૩૬ ટકા સ્ત્રીઓ અને ૫૦.૬૪ ટકા પુરૂષોનું પ્રમાણ છે. કુલ કુટુંબનું કદ ૬.૦૧ સભ્યોનું જોવા મળે છે.

કુનબી જ્ઞાતિના આદિવાસી કુટુંબોમાં સ્ત્રીઓનું પ્રમાણ વધુ છે. જે ૫૦.૪૬ ટકા અને પુરૂષોનું પ્રમાણ ૪૯.૫૪ ટકા છે. તેમજ કુટુંબનું કદ ૭ સભ્યોનું છે.

કુંકણા જ્ઞાતિના આદિવાસી કુટુંબોમાં સ્ત્રીઓનું પ્રમાણ વધુ છે. જે ૫૧.૭૨ ટકા છે અને પુરૂષોનું પ્રમાણ ૪૮.૨૮ ટકા છે. તેમજ કુટુંબનું કદ ૫.૨૭ સભ્યોનું છે.

કોંકણી જ્ઞાતિના આદિવાસી કુટુંબોમાં સ્ત્રીઓનું પ્રમાણ ૪૭.૧૧ ટકા છે અને પુરૂષોનું પ્રમાણ ૫૨.૮૯ ટકા છે. કુટુંબનું કદ ૬ સભ્યોનું છે.

વારલી જ્ઞાતિના આદિવાસી કુટુંબોમાં સ્ત્રીઓનું પ્રમાણ ૪૭.૬૬ ટકા છે અને પુરૂષોનું પ્રમાણ ૫૨.૩૪ ટકા છે. કુટુંબનું કદ ૭ સભ્યોનું છે.

ગામિત જ્ઞાતિના આદિવાસી કુટુંબોમાં સ્ત્રીઓનું પ્રમાણ ૪૬.૯૩ ટકા છે અને પુરૂષોનું પ્રમાણ ૫૩.૦૭ ટકા છે. કુટુંબનું કદ ૫.૧૫ સભ્યોનું છે.

ભીલ જ્ઞાતિના આદિવાસી કુટુંબોમાં સ્ત્રીઓનું પ્રમાણ ૪૯.૪૯ ટકા છે અને પુરૂષોનું પ્રમાણ ૫૦.૫૧ ટકા છે. કુટુંબમાં સભ્ય સંખ્યા ૬ છે.

૩.૪ વયજૂથ :

કુટુંબના સભ્યોના વયજૂથની માહિતી દ્વારા ઉત્પાદકીય અને બિન ઉત્પાદકિય શ્રમનું પ્રમાણ જાણી શકાય છે. બાળકો અને વૃદ્ધો શ્રમના પુરવઠામાં સમાવેશ ન થતાં હોય તેમને બિન ઉત્પાદકિય વસ્તી કહેવાય છે.

કોષ્ટક નં.૩.૩
કુટુંબના સભ્યોનું વયજૂથ

ક્રમ	પસંદ કરેલા કુટુંબો	સંખ્યા	૦ થી ૧	૨ થી ૫	૬ થી ૧૪	૧૫ થી ૪૫	૪૬ થી ૫૫	૫૬ થી વધુ	કુલ
૧	કુનબી (ટકા)	૬૭	૮ (૧.૮૩)	૧ (૦.૨૩)	૭૬ (૧૭.૪૩)	૨૭૩ (૬૨.૬૧)	૩૪ (૭.૮૦)	૪૪ (૧૦.૧૦)	૪૩૬ (૧૦૦)
૨	કુંકણા (ટકા)	૧૧	૨ (૩.૪૪)	૨ (૩.૪૪)	૭ (૧૨.૦૭)	૩૩ (૫૬.૯૦)	૮ (૧૩.૮૦)	૬ (૧૦.૩૫)	૫૮ (૧૦૦)
૩	કોંકણી (ટકા)	૧૮	૨ (૧.૯૨)	૧ (૦.૯૭)	૯ (૮.૬૬)	૬૩ (૬૦.૫૮)	૧૭ (૧૬.૩૪)	૧૨ (૧૧.૫૩)	૧૦૪ (૧૦૦)
૪	વારલી (ટકા)	૨૪	૬ (૪.૦૩)	૮ (૫.૩૭)	૪૪ (૨૯.૫૩)	૬૮ (૪૫.૬૩)	૧૪ (૯.૪૦)	૯ (૬.૦૪)	૧૪૯ (૧૦૦)
૫	ગામિત (ટકા)	૧૯	૨ (૨.૦૪)	૧ (૧.૦૨)	૧૬ (૧૬.૩૨)	૫૭ (૬૦.૨૦)	૧૪ (૧૪.૨૯)	૮ (૮.૧૭)	૯૮ (૧૦૦)
૬	ભીલ (ટકા)	૧૩૧	૧૪ (૧.૮૦)	૨૪ (૩.૧૧)	૧૬૨ (૨૦.૯૩)	૪૪૨ (૫૭.૧૦)	૬૬ (૮.૫૩)	૬૬ (૮.૫૩)	૭૭૪ (૧૦૦)
૭	કુલ (ટકા)	૨૭૦	૩૪ (૨.૧૦)	૩૭ (૨.૨૮)	૩૧૪ (૧૯.૪૦)	૯૩૬ (૫૭.૮૧)	૧૫૩ (૯.૪૬)	૧૪૫ (૮.૯૫)	૧૬૧૯ (૧૦૦)

ટેબલના આધારે વિશ્લેષણ :

કોષ્ટક નં.૩.૩ માં કુટુંબનું વયજૂથ દર્શાવવામાં આવ્યું છે. જેમાં કુલ વયજૂથમાં ૧૫ થી ૪૫ વયજૂથની સંખ્યા સૌથી વધારે છે. જે ૫૭.૮૧ ટકા છે. ૪૬ થી ૫૫ વયજૂથની સંખ્યા ૯.૪૬ ટકા છે. ૬ થી ૧૪ વયજૂથની સંખ્યા ૧૯.૪૦ ટકા છે. ૪૬ થી વધુ વયજૂથની સંખ્યા ૮.૯૫ ટકા છે. ૨ થી ૫ વયજૂથની સંખ્યા ૨.૨૮ ટકા છે. સૌથી ઓછું વયજૂથ નું પ્રમાણ ૦ થી ૧ વયજૂથનું છે, જે ૨.૧૦ ટકા છે. ૬૨.૬૧ ટકા છે. ૦ થી ૧ વયજૂથની સંખ્યા ૧.૮૩ ટકા છે. ૨ થી ૫ વયજૂથની સંખ્યા ૦.૨૩ ટકા છે. ૬ થી

૧૪ વયજૂથની સંખ્યા ૧૭.૪૩ ટકા છે. ૪૬ થી ૫૫ વયજૂથની સંખ્યા ૭.૮૦ ટકા છે. ૫૬ થી વધુ વયજૂથની સંખ્યા ૧૦.૧૦ ટકા છે.

કુંકણા જ્ઞાતિના આદિવાસી કુટુંબમાં ૧૫ થી ૪૫ વયજૂથની સંખ્યા સૌથી વધારે છે. જે ૫૬.૯૦ ટકા છે. ૦ થી ૧ વયજૂથની સંખ્યા ૩.૪૪ ટકા છે. ૨ થી ૫ વયજૂથની સંખ્યા ૩.૪૪ ટકા છે. ૬ થી ૧૪ વયજૂથની સંખ્યા ૧૨.૭૭ ટકા છે. ૪૬ થી ૫૫ વયજૂથની સંખ્યા ૧૩.૮૦ ટકા છે. ૫૬ થી વધુ વયજૂથની સંખ્યા ૧૦.૩૫ ટકા છે.

કોંકણી જ્ઞાતિના આદિવાસી કુટુંબમાં સૌથી વધારે વયજૂથ ૧૫ થી ૪૫ વયજૂથની સંખ્યા વધારે છે. જે ૬૦.૫૮ ટકા છે. ૦ થી ૧ વયજૂથની સંખ્યા ૧.૯૨ ટકા છે. ૨ થી ૫ વયજૂથની સંખ્યા ૦.૯૭ ટકા છે. ૬ થી ૧૪ વયજૂથની સંખ્યા ૮.૬૬ ટકા છે. ૪૬ થી ૫૫ વયજૂથની સંખ્યા ૧૬.૩૪ ટકા છે. ૫૬ થી વધુ વયજૂથની સંખ્યા ૧૧.૫૩ ટકા છે.

વારલી જ્ઞાતિના આદિવાસી કુટુંબમાં સૌથી વધારે વયજૂથ ૧૫ થી ૪૫ વયજૂથની સંખ્યા વધારે છે. ૦ થી ૧ વયજૂથની સંખ્યા ૪.૦૩ ટકા છે. ૨ થી ૫ વયજૂથની સંખ્યા ૫.૩૭ ટકા છે. ૬ થી ૧૪ વયજૂથની સંખ્યા ૨૯.૫૩ ટકા છે. ૪૬ થી ૫૫ વયજૂથની સંખ્યા ૯.૪૦ ટકા છે. ૫૬ થી વધુ વયજૂથની સંખ્યા ૧૦.૫૩ ટકા છે.

ગામિત જ્ઞાતિના આદિવાસી કુટુંબમાં સૌથી વધારે વયજૂથ ૧૫ થી ૪૫ વયજૂથની સંખ્યા વધારે છે. જે ૬૦.૨૦ ટકા છે. ૦ થી ૧ વયજૂથની સંખ્યા ૨.૦૪ ટકા છે. ૨ થી ૫ વયજૂથની સંખ્યા ૧.૦૨ ટકા છે. ૬ થી ૧૪ વયજૂથની સંખ્યા ૧૬.૩૨ ટકા છે. ૪૬ થી ૫૫ વયજૂથની સંખ્યા ૧૪.૨૯ ટકા છે. ૫૬ થી વધુ વયજૂથની સંખ્યા ૮.૧૭ ટકા છે.

ભીલ જ્ઞાતિના આદિવાસી કુટુંબમાં સૌથી વધારે વયજૂથ ૧૫ થી ૪૫ વયજૂથની સંખ્યા વધારે છે. જે ૫૭.૧૦ ટકા છે. ૦ થી ૧ વયજૂથની સંખ્યા ૧.૮૦ ટકા છે. ૨ થી ૫ વયજૂથની સંખ્યા ૩.૧૧ ટકા છે. ૬ થી ૧૪ વયજૂથની સંખ્યા ૨૦.૯૩ ટકા છે. ૪૬ થી ૫૫ વયજૂથની સંખ્યા ૮.૫૩ ટકા છે. ૫૬ થી વધુ વયજૂથની સંખ્યા ૮.૫૩ ટકા છે.

૩.૫ કુટુંબના સભ્યોનું શિક્ષણ :

કુટુંબના સભ્યોનું શિક્ષણ તેમના વ્યવસાયની પસંદગી આવક તેમજ જીવનધોરણને અસર કરતું મહત્ત્વનું પરિબળ છે. સામાન્ય રીતે જેમ જેમ શિક્ષણનું પ્રમાણ અને ગુણવત્તા વધતી જાય તેમ તેમ આર્થિક-સામાજિક વ્યાવસાયિક ગુણવત્તામાં

પણ વધારો થાય છે. સામાન્ય રીતે શિક્ષિત નિર્ણયકર્તા વધુ જાગૃત અને વધુ જવાબદાર બને છે. પસંદ કરેલા નિર્ણયકર્તા વધુ જાગૃત અને વધુ જવાબદાર બને છે. પસંદ કરેલા ઉત્તરદાતાના કુટુંબની સ્થિતિ નીચેના કોષ્ટકમાં દર્શાવવામાં આવી છે.

કોષ્ટક ન.૩.૪

ઉત્તરદાતાના કુટુંબનું શિક્ષણ દર્શાવતું કોષ્ટક

ક્રમ	પસંદ કરેલા કુટુંબો	કુલ સભ્ય સંખ્યા	કુટુંબના સભ્યોનું શિક્ષણ				
			૧ થી ૮	૯ થી ૧૨	ઉચ્ચ શિક્ષણ કોલેજ, પી.ટી.સી	અશિક્ષિત	૧ થી ૫ વર્ષના બાળકો
૧	કુનબી (ટકા)	૪૩૬ (૧૦૦)	૧૮૯ (૪૩.૩૪)	૧૨૪ (૨૮.૪૪)	૪૪ (૧૦.૧૦)	૭૧ (૧૬.૨૯)	૮ (૧.૮૩)
૨	કુંકણા (ટકા)	૫૮ (૧૦૦)	૩૧ (૫૩.૪૫)	૧૦ (૧૭.૨૪)	૩ (૫.૧૮)	૧૨ (૨૦.૬૯)	૨ (૩.૪૪)
૩	કોંકણી (ટકા)	૧૦૪ (૧૦૦)	૩૯ (૩૭.૬૦)	૨૮ (૨૬.૯૨)	૮ (૭.૬૯)	૨૭ (૨૫.૯૬)	૨ (૧.૯૨)
૪	વારલી (ટકા)	૧૪૯ (૧૦૦)	૪૮ (૩૨.૨૧)	૪૨ (૨૮.૧૯)	૧૧ (૭.૩૯)	૪૨ (૨૮.૧૯)	૬ (૪.૦૨)
૫	ગામિત (ટકા)	૯૮ (૧૦૦)	૪૯ (૫૦)	૧૮ (૧૮.૩૭)	૮ (૮.૧૭)	૨૧ (૨૧.૪૨)	૨ (૨.૦૪)
૬	ભીલ (ટકા)	૭૭૪ (૧૦૦)	૪૧૫ (૫૩.૬૨)	૭૨ (૯.૩૦)	૩૫ (૪.૫૩)	૨૩૮ (૩૦.૭૫)	૧૪ (૧.૮૦)
૭	કુલ (ટકા)	૧૬૧૯ (૧૦૦)	૭૭૧ (૪૭.૬૨)	૨૯૪ (૧૮.૧૬)	૧૦૯ (૬.૭૩)	૪૧૧(૨૫.૩૦)	૩૪ (૨.૧૦)

ટેબલના આધારે વિશ્લેષણ :

કોષ્ટક નં.૩.૪ માં ઉત્તરદાતાના કુટુંબનું શિક્ષણ દર્શાવવામાં આવ્યું છે. પસંદ કરેલા કુટુંબોમાં પ્રાથમિક શિક્ષણ મેળવનારા વ્યક્તિઓ સૌથી વધારે છે. જ્યારે ૧ થી ૫ વર્ષના બાળકોનું પ્રમાણ સૌથી ઓછું છે. પ્રાથમિક શિક્ષણનું પ્રમાણ ૪૭.૬૨ ટકા છે. માધ્યમિક અને ઉચ્ચત્તર માધ્યમિક શિક્ષણનું પ્રમાણ ૧૮.૧૬ ટકા છે. ઉચ્ચ શિક્ષણ ૬.૭૩ ટકા છે. અશિક્ષિત ૨૫.૩૦ ટકા છે.

કુનબી જ્ઞાતિના આદિવાસી કુટુંબોમાં પ્રાથમિક શિક્ષણ મેળવેલાઓનું પ્રમાણ સૌથી વધુ છે. જે ૪૩.૩૪ ટકા છે. માધ્યમિક અને ઉચ્ચત્તર માધ્યમિક શિક્ષણનું પ્રમાણ

૨૮.૪૪ ટકા છે. ઉચ્ચ શિક્ષણ (પી.ટી.સી. કોલેજ) નું શિક્ષણ ૧૦.૧૦ ટકા છે. અશિક્ષિતોનું પ્રમાણ ૧૬.૨૯ ટકા છે. ૧ થી ૫ વર્ષના બાળકોનું પ્રમાણ ૧.૮૩ ટકા છે.

કુંકણા જ્ઞાતિના આદિવાસી કુટુંબોમાં પ્રાથમિક શિક્ષણ મેળવેલાઓનું પ્રમાણ સૌથી વધુ છે. જે ૫૩.૪૫ ટકા છે. માધ્યમિક અને ઉચ્ચત્તર માધ્યમિક શિક્ષણનું પ્રમાણ ૧૭.૨૪ ટકા છે. ઉચ્ચ શિક્ષણ (પી.ટી.સી. કોલેજ) નું શિક્ષણ પ્રમાણ ૫.૧૮ ટકા છે. અશિક્ષિતોનું પ્રમાણ ૨૦.૬૯ ટકા છે. ૧ થી ૫ વર્ષના બાળકોનું પ્રમાણ ૩.૪૪ ટકા છે.

કોંકણી જ્ઞાતિના આદિવાસી કુટુંબોમાં પ્રાથમિક શિક્ષણ મેળવેલાઓનું પ્રમાણ સૌથી વધુ છે. જે ૩૭.૬૦ ટકા છે. માધ્યમિક શિક્ષણનું પ્રમાણ ૨૬.૯૨ ટકા છે. ઉચ્ચ શિક્ષણનું પ્રમાણ ૭.૬૯ ટકા છે. અશિક્ષિતોનું પ્રમાણ ૨૫.૯૬ ટકા છે. ૧ થી ૫ વર્ષના બાળકોનું પ્રમાણ ૧.૯૨ ટકા છે.

વારલી જ્ઞાતિના આદિવાસી કુટુંબોમાં પ્રાથમિક શિક્ષણ મેળવેલાઓનું પ્રમાણ સૌથી વધુ છે. જે ૩૨.૨૧ ટકા છે. માધ્યમિક શિક્ષણનું પ્રમાણ ૨૮.૧૯ ટકા છે. ઉચ્ચ શિક્ષણ (પી.ટી.સી. કોલેજ) નું શિક્ષણ પ્રમાણ ૭.૩૯ ટકા છે. અશિક્ષિતોનું પ્રમાણ ૨૮.૧૯ ટકા છે. ૧ થી ૫ વર્ષના બાળકોનું પ્રમાણ ૪.૦૨ ટકા છે.

ગામિત જ્ઞાતિના આદિવાસી કુટુંબોમાં પ્રાથમિક શિક્ષણ મેળવેલાઓનું પ્રમાણ સૌથી વધુ છે. જે ૫૦ ટકા છે. માધ્યમિક શિક્ષણનું પ્રમાણ ૧૮.૩૭ ટકા છે. ઉચ્ચ શિક્ષણ (પી.ટી.સી. કોલેજ) નું શિક્ષણ પ્રમાણ ૮.૧૭ ટકા છે. અશિક્ષિતોનું પ્રમાણ ૨૧.૪૨ ટકા છે. ૧ થી ૫ વર્ષના બાળકોનું પ્રમાણ ૨.૦૪ ટકા છે.

ભીલ જ્ઞાતિના આદિવાસી કુટુંબોમાં પ્રાથમિક શિક્ષણ મેળવેલાઓનું પ્રમાણ સૌથી વધુ છે. જે ૫૩.૬૨ ટકા છે. માધ્યમિક શિક્ષણનું પ્રમાણ ૯.૩૦ ટકા છે. ઉચ્ચ શિક્ષણ (પી.ટી.સી. કોલેજ) નું શિક્ષણ પ્રમાણ ૪.૫૩ ટકા છે. અશિક્ષિતોનું પ્રમાણ ૩૦.૭૫ ટકા છે. ૧ થી ૫ વર્ષના બાળકોનું પ્રમાણ ૧.૮૦ ટકા છે.

૩.૬ **કુટુંબના સભ્યોના વ્યવસાય :**

કુટુંબના એક વ્યક્તિની આવકથી બીજી વ્યક્તિનું જીવનધોરણ લાંબાગાળા સુધી ચલાવી શકાતુ નથી. તેથી કુટુંબના સભ્યોએ કોઈને કોઈ વ્યવસાય કરવો જ પડે છે. પ્રસ્તુત પ્રકરણમાં પસંદ કરેલા આદિવાસી કુટુંબોનો વ્યવસાય નીચે મુજબ કોષ્ટકમાં દર્શાવવામાં આવેલ છે.

કોષ્ટક નં.૩.૫

સભ્યોનો મુખ્ય વ્યવસાય

ક્રમ	પસંદ કરેલા કુટુંબો	સંખ્યા	કુટુંબનો મુખ્ય વ્યવસાય									
			ખેતી	ખેત મજૂરી	સરકારી નોકરી	ખાનગી નોકરી	પશુપાલન	ઘરકામ	અન્ય	અભ્યાસ	કામ નહિ કરનારા	કુલ
૧	કુનબી	૬૭	૧૧૯	૩૧	૧	૧૧	૩૦	૪૫	૩૫	૧૪૧	૨૩	૪૩૬
	(ટકા)		-૨૭.૩	-૭.૧	-૦.૨	-૨.૫	-૬.૮૯	-૧૦.૩	-૮.૦૩	-૩૨.૩	-૫.૩	-૧૦૦
૨	કુંકણા	૧૧	૧૮	૩		૨		૧૧	૪	૧૬	૪	૫૮
	(ટકા)		-૩૧	-૫.૨	-	-૩.૪	-	-૧૯	-૬.૯	-૨૭.૬	-૬.૯	-૧૦૦
૩	કોંકણી	૧૮	૩૧		૧	૨	૧૧	૧૨	૬	૩૪	૭	૧૦૪
	(ટકા)		-૨૯.૮	-	-૧	-૧.૯	-૧૦.૬	-૧૧.૫	-૫.૭૭	-૩૨.૭	-૬.૭	-૧૦૦
૪	વારલી	૨૪	૪૧	૭	૧	૫	૧૨	૧૨	૨૦	૪૫	૬	૧૪૯
	(ટકા)		-૨૭.૫	-૪.૭	-૦.૭	-૩.૪	-૮.૦૬	-૮.૦૬	-૧૩.૪	-૩૦.૨	-૪	-૧૦૦
૫	ગામિત	૧૯	૩૨	૪	૨	૩	૪	૧૨	૮	૨૯	૪	૯૮
	(ટકા)		-૩૨.૭	-૪.૧	-૨	-૩.૧	(૪.૦૮	-૧૨.૨	-૮.૧૬	-૨૯.૬	-૪.૧	-૧૦૦
૬	ભીલ	૧૩૧	૧૮૯	૭૪	૪	૧૦	૮૧	૪૯	૫૩	૨૭૬	૩૮	૭૭૪
	(ટકા)		-૨૪.૪	-૯.૬	-૦.૫	-૧.૩	-૧૦.૫	-૬.૩૩	-૬.૮૫	-૩૫.૭	-૪.૯	-૧૦૦
૭	કુલ	૨૭૦	૪૩૦	૧૧૯	૯	૩૩	૧૩૮	૧૪૧	૧૨૬	૫૪૧	૮૨	૧૬૧૯
	(ટકા)		-૨૬.૬	-૭.૪	-૦.૬	-૨	-૮.૫૨	-૮.૭	-૭.૭૯	-૩૩.૪	-૫.૧	-૧૦૦

ટેબલના આધારે વિશ્લેષણ :

કોષ્ટક નં.૩.૫ માં સભ્યોનો મુખ્ય વ્યવસાય દર્શાવવામાં આવ્યો છે. સંપદ કરેલા કુટુંબોમાં સૌથી વધારે સભ્યો શિક્ષણ સાથે જોડાયેલા છે. જે દર્શાવે છે કે અભ્યાસક્ષેત્રનાં પ્રદેશમાં શિક્ષણનું પ્રમાણ વધી રહ્યું છે. જે ૩૩.૪૧ ટકા છે. ખેતી કરતા હોય એવા સભ્યો ૨૬.૫૬ ટકા છે. ખેત મજૂરીનું કામ કરતા હોય એવા સભ્યો ૭.૩૬ ટકા છે. સરકારી નોકરી કરતા હોય એવા સભ્યો ૦.૫૬ ટકા છે. ખાનગી નોકરી કરતા સભ્યોનું પ્રમાણ ૨.૦૩ ટકા છે. પશુપાલન કરતા સભ્યો ૮.૫૨ ટકા છે. ઘરકામ કરનારા સભ્યોનું પ્રમાણ ૮.૭૦ ટકા છે. અન્ય કામ કરનારાઓનું પ્રમાણ ૭.૭૯ ટકા છે. કામ નહિં કરનારાઓ જે કુટુંબના અન્ય સભ્યો પર આધાર રાખે છે. તેનું પ્રમાણ ૫.૦૭ ટકા છે.

કુનબી જ્ઞાતિના આદિવાસી કુટુંબોમાં સૌથી વધારે સભ્યો અભ્યાસ કરે છે. જે ૩૨.૩૩ ટકા છે. ખેતીના વ્યવસાય કરતા સભ્યો ૨૭.૩૦ ટકા છે. ખેત મજૂરી કરતા ૭.૧૧ ટકા છે. સરકારી નોકરી કરતા સભ્યો ૦.૨૨ ટકા છે. ખાનગી નોકરી કરતા સભ્યો ૨.૫૨ ટકા છે. પશુપાલનના વ્યવસાય સાથે જોડાયેલા સભ્યોનું પ્રમાણ ૬.૮૯ ટકા છે. ઘરકામ કરનારા સભ્યો ૧૦.૩૨ ટકા છે. અન્ય કામ કરનારા ૮.૦૩ ટકા છે. અને કામ નહિ કરનારા ૫.૨૮ ટકા છે.

કુંકણા જ્ઞાતિના આદિવાસી કુટુંબોના સભ્યોનો વ્યવસાય ખેતી છે. જે ૩૧.૦૩ ટકા છે. ખેત મજૂરી કરતા સભ્યોનું પ્રમાણ ૫.૧૮ ટકા છે. ખાનગી નોકરી કરતા સભ્યો ૩.૪૪ ટકા છે. ઘરકામ સાથે જોડાયેલા સભ્યોનું પ્રમાણ ૧૮.૯૭ ટકા છે. અન્ય કામ કરનારા સભ્યો ૬.૯૦ ટકા છે. અભ્યાસ કરનારા સભ્યોનું પ્રમાણ ૨૭.૫૮ ટકા છે. તેમજ કામ નહિ કરનારા ૬.૯૦ ટકા છે.

કોંકણી જ્ઞાતિના આદિવાસી કુટુંબોમાં સૌથી વધારે સભ્યો અભ્યાસ કરે છે. જે ૩૨.૭૦ ટકા છે. ખેતીના વ્યવસાય કરતા સભ્યો ૨૯.૮૦ ટકા છે. સરકારી નોકરી કરતા સભ્યો ૦.૯૭ ટકા છે. ખાનગી નોકરી કરતા સભ્યો ૧.૯૨ ટકા છે. પશુપાલનના વ્યવસાય સાથે જોડાયેલા સભ્યોનું પ્રમાણ ૧૦.૫૮ ટકા છે. ઘરકામ કરનારા સભ્યો ૧૧.૫૩ ટકા છે. અન્ય કામ કરનારા ૫.૭૭ ટકા છે. કામ નહિ કરનારા ૬.૭૩ ટકા છે.

વારલી જ્ઞાતિના આદિવાસી કુટુંબોમાં સૌથી વધારે સભ્યો અભ્યાસ કરે છે. જે ૩૦.૨૦ ટકા છે. ખેતી કરતા સભ્યો ૨૭.૫૧ ટકા છે. ખેત મજૂરી કરતા ૪.૬૯ ટકા

છે. સરકારી નોકરી કરતા સભ્યો ૦.૬૮ ટકા છે. ખાનગી નોકરી કરતા સભ્યો ૩.૩૬ ટકા છે. પશુપાલનનો વ્યવસાય સાથે જોડાયેલા સભ્યોનું પ્રમાણ ૮.૦૬ ટકા છે. ઘરકામ કરનારા સભ્યો ૮.૦૬ ટકા છે. અન્ય કામ કરનારા સભ્યોનું પ્રમાણ ૧૩.૪૨ ટકા છે. અને કામ નહિ કરનારા ૪.૦૨ ટકા છે.

ગામિત જ્ઞાતિના આદિવાસી કુટુંબોમાં સભ્યો ખેતીના વ્યવસાય સાથે જોડાયેલા છે. જે ૩૨.૬૫ ટકા છે. ખેત મજૂરી કરતા ૪.૦૮ ટકા છે. સરકારી નોકરી કરતા સભ્યો ૨.૦૪ ટકા છે. ખાનગી નોકરી કરતા સભ્યો ૩.૦૭ ટકા છે. પશુપાલનના વ્યવસાય સાથે જોડાયેલા સભ્યોનું પ્રમાણ ૪.૦૮ ટકા છે. ઘરકામ કરતા હોય તેવા સભ્યો ૧૨.૨૪ ટકા છે. અન્ય વ્યવસાય કરનારા સભ્યોનું પ્રમાણ ૮.૧૬ ટકા છે. અભ્યાસ કરનારા સભ્યોનું પ્રમાણ ૨૯.૬૦ ટકા છે. કામ નહિ કરનારા ૦.૮ ટકા છે.

ભીલ જ્ઞાતિના આદિવાસી કુટુંબોમાં સૌથી વધારે સભ્યો અભ્યાસ કરે છે. જે ૩૫.૬૬ ટકા છે. ખેતીનો વ્યવસાય કરતા સભ્યો ૨૪.૪૧ ટકા છે. ખેત મજૂરી કરતા હોય એવા સભ્યોનું પ્રમાણ ૯.૫૭ ટકા છે. સરકારી નોકરી કરતા સભ્યો ૦.૫૧ ટકા છે. ખાનગી નોકરી સાથે જોડાયેલા સભ્યોનું પ્રમાણ ૧.૩૦ ટકા છે. પશુપાલનનો વ્યવસાય કરતા હોય એવા સભ્યોનું પ્રમાણ ૧૦.૪૭ ટકા છે. ઘરકામ કરનારા સભ્યો ૬.૩૩ ટકા છે. અન્ય વ્યવસાય કરતા સભ્યો ૬.૮૫ ટકા છે. કામ નહિ કરનારા ૪.૯૦ ટકા છે.

સામાન્ય માહિતીનું વિશ્લેષણ કરતાં એવું જણાયું છે કે, કુલ ઉત્તરદાતાઓમાંથી કુનબી, કુંકણા, કોંકણી, વારલી, ગામિત ઉત્તરદાતાઓ કરતાં ભીલ જ્ઞાતિના ઉત્તરદાતાઓનું પ્રમાણ સવિશેષ જોવા મળ્યું છે. તેમજ સૌથી વધારે ઉત્તરતાદાઓ ૪૧ થી ૬૦ વર્ષના છે. તેમજ ઉત્તરદાતાઓ અશિક્ષિત વધારે જોવા મળે છે. ઉત્તરદાતાઓ હિન્દુ ધર્મ વધુ પાળે છે. સૌથી વધારે ઉત્તરદાતાઓ ખેતીના વ્યવસાય સાથે જોડાયેલા છે. ઉત્તરદાતાના સભ્યોના વયજૂથમાં ૧૫ થી ૪૫ વર્ષના સભ્યો વધુ છે. તેમજ સૌથી વધારે સભ્યોએ પ્રાથમિક શિક્ષણ પ્રાપ્ત કરેલ છે. સૌથી વધારે સભ્યો અભ્યાસ કરે છે. આમ, પ્રસ્તુત પ્રકરણમાં ઉપયુક્ત માહિતી દર્શાવવામાં આવી છે.

પ્રકરણ - ૪
માહિતીનું એકત્રીકરણ, પૃથ્થકરણ, વિશ્લેષણ અને અર્થઘટન

૪.૧ પ્રસ્તાવના :

પ્રસ્તુત પ્રકરણમાં પસંદ કરેલા ઉત્તરદાતાઓનું આરોગ્ય વિષયક માહિતી, શિક્ષણ વિષયક માહિતી, ભૌતિક સુવિદ્યા વિષયક માહિતી, જાતિગત સમાનતા વગેરે બાબતો તપાસવી જરૂરી બને છે. સમાજનાં વિકાસનો આધાર આર્થિક અને સામાજિક પરિસ્થિતિ પર રહેલો છે.ડાંગ પ્રદેશમાં વસવાટ કરતી કુનબી, કુંકણા, કોંકણી, વારલી, ગામિત, ભીલ વગેરે જનજાતિઓમાં વર્તમાન જુદાં જુદાં ક્ષેત્રે આવેલાં પરિવર્તનનાં સંદર્ભમાં આર્થિક, સામાજિક પરિસ્થિતિઓનો અભ્યાસ કરવામાં આવ્યો છે.

૪.૨ આરોગ્ય વિષયક માહિતી :

સરકાર દ્વારા આરોગ્ય સંભાળ અંગેની અનેક વિશાળ વ્યવસ્થા ઊભી કરવામાં આવી છે. તેમ છતાં આરોગ્યની બાબતમાં અભ્યાસક્ષેત્રે પસંદ કરેલા ગામોમાં દવાખાનાની વ્યવસ્થા જોવા મળતી નથી. તેમજ નર્સ બહેનો મહિનામાં અમુક દિવસે સેવા બજાવે છે. આશા વર્કર બહેનો અઠવાડિયામાં એક-બે વાર ઘરે ઘરે આરોગ્યની સારવાર માટે ફરે છે. તેમજ અમુક ગામમાં દિપશીલા ટ્રસ્ટ મુંબઈ તેમજ આગાખાન ટ્રસ્ટ દ્વારા આરોગ્યની સેવા આપવામાં આવે છે.

કોષ્ટક નં.૪.૨.૧
આરોગ્ય માટે સહાય વિષયક માહિતી દર્શાવતું કોષ્ટક

ક્રમ	પસંદ કરેલા કુટુંબો	સંખ્યા	આરોગ્ય માટે સહાય મળે છે?		કુલ
			હા	ના	
૧	કુનબી (ટકા)	૬૭ (૧૦૦)	૬૭ (૧૦૦)	---	૬૭
૨	કુંકણા (ટકા)	૧૧ (૧૦૦)	૧૧ (૧૦૦)	---	૧૧
૩	કોંકણી (ટકા)	૧૮ (૧૦૦)	૧૮ (૧૦૦)	---	૧૮
૪	વારલી (ટકા)	૨૪ (૧૦૦)	૨૪ (૧૦૦)	---	૨૪
૫	ગામિત	૧૯	૧૯	---	૧૯

	(ટકા)	(૧૦૦)	(૧૦૦)		
૬	ભીલ (ટકા)	૧૩૧ (૧૦૦)	૧૩૧ (૧૦૦)	---	૧૩૧
૭	કુલ (ટકા)	૨૭૦ (૧૦૦)	૨૭૦ (૧૦૦)	---	૨૭૦

ટેબલના આધારે વિશ્લેષણ :

કોષ્ટક નં.૪.૨.૧ માં પસંદ કરેલા આદિવાસી કુટુંબોની સહાય વિષયક માહિતી દર્શાવવામાં આવી છે. જેમાં બધા જ પસંદ કરેલા કુટુંબોને આરોગ્ય માટે સહાય મળે છે. જેનું પ્રમાણ ૧૦૦ ટકા છે.

કોષ્ટક નં.૪.૨.૨

બિમારી માટે જવાના સ્થળ વિશેની માહિતી દર્શાવતું કોષ્ટક

ક્રમ	પસંદ કરેલા કુટુંબો	સંખ્યા	બિમાર પડો છો ? ત્યારે ક્યાં જાવો છો ?				કુલ
			ગામનાં દવાખાને	ગામની બહાર	ભગત	અન્ય	
૧	કુનબી (ટકા)	૬૭ (૧૦૦)	---	૪૭ (૭૦.૧૪)	૧૪ (૨૦.૯૦)	૬ (૮.૯૬)	૬૭
૨	કુંકણા (ટકા)	૧૧ (૧૦૦)	---	૪ (૩૬.૩૭)	૭ (૬૩.૬૩)	---	૧૧
૩	કોંકણી (ટકા)	૧૮ (૧૦૦)	---	૧૨ (૬૬.૬૭)	૪ (૨૨.૨૨)	૨ (૧૧.૧૧)	૧૮
૪	વારલી (ટકા)	૨૪ (૧૦૦)	---	૧૬ (૬૬.૬૭)	૫ (૨૦.૮૩)	૩ (૧૨.૫૦)	૨૪
૫	ગામિત (ટકા)	૧૯ (૧૦૦)	---	૯ (૪૭.૩૭)	૩ (૧૫.૭૯)	૭ (૩૬.૮૪)	૧૯
૬	ભીલ (ટકા)	૧૩૧ (૧૦૦)	---	૬૮ (૫૧.૯૦)	૪૩ (૩૨.૮૩)	૨૦ (૧૫.૨૭)	૧૩૧
૭	કુલ (ટકા)	૨૭૦ (૧૦૦)	---	૧૫૬ (૫૭.૭૮)	૭૬ (૨૮.૧૪)	૩૮ (૧૪.૦૮)	૨૭૦

ટેબલના આધારે વિશ્લેષણ :

ઉપરોક્ત કોષ્ટક નં.૪.૨.૨ માં પસંદ કરેલા આદિવાસી કુટુંબોમાં બિમારી માટે જવાના સ્થળ વિશેની માહિતી દર્શાવવામાં આવી છે. જેમાં કુલ કુટુંબોમાં સૌથી વધારે કુટુંબો બિમારીના સમયે ગામની બહાર દવાખાને જાય છે. જેનું પ્રમાણ ૫૭.૭૮ ટકા છે. બિમારીના સમયે સારવાર માટે ભગત પાસે જનારા કુટુંબોનું પ્રમાણ ૨૮.૧૪ ટકા છે. તેમજ અન્ય સ્થળે બિમારીના સમયે સારવાર માટે જનારા કુટુંબોનું પ્રમાણ ૧૪.૦૮ ટકા છે.

કુનબી જ્ઞાતિના આદિવાસી કુટુંબોમાં બિમારીના સમયે સારવાર માટે ૭૦.૧૪ ટકા કુટુંબો ગામની બહાર દવાખાને જાય છે. ૨૦.૯૦ ટકા કુટુંબો ભગત પાસે બિમારીના સમયે સારવાર માટે જાય છે. તેમજ અન્ય જગ્યાએ સારવાર માટે જનારા કુટુંબોનું પ્રમાણ ૮.૯૬ ટકા છે.

કુંકણા જ્ઞાતિના આદિવાસી કુટુંબોમાં બિમારીના સમયે સારવાર માટે ગામની બહાર દવાખાને જનારા કુટુંબોનું પ્રમાણ ૩૬.૩૭ ટકા છે. તેમજ બિમારીના સમયે સારવાર માટે ભગત પાસે જનારા કુટુંબોનું પ્રમાણ ૬૩.૬૩ ટકા છે.

કોંકણી જ્ઞાતિના આદિવાસી કુટુંબોમાં બિમારીના સમયે સારવાર માટે ગામની બહાર દવાખાને જનારા કુટુંબોનું પ્રમાણ ૬૬.૬૭ ટકા છે. બિમારીના સમયે સારવાર માટે ભગત પાસે જનારા કુટુંબોનું પ્રમાણ ૨૨.૨૨ ટકા છે. તેમજ અન્ય જગ્યાએ સારવાર માટે જનારા કુટુંબોનું પ્રમાણ ૧૧.૧૧ ટકા છે.

વારલી જ્ઞાતિના આદિવાસી કુટુંબોમાં બિમારીના સમયે સારવાર માટે ગામની બહાર દવાખાને જનારા કુટુંબોનું પ્રમાણ ૬૬.૬૭ ટકા છે. બિમારીના સમયે સારવાર માટે ભગત પાસે જનારા કુટુંબોનું પ્રમાણ ૨૦.૮૩ ટકા છે. તેમજ અન્ય જગ્યાએ સારવાર માટે જનારા કુટુંબોનું પ્રમાણ ૧૨.૫૦ ટકા છે.

ગામિત જ્ઞાતિના આદિવાસી કુટુંબોમાં બિમારીના સમયે ગામની બહાર દવાખાને જનારા કુટુંબોનું પ્રમાણ ૪૭.૩૭ ટકા છે. બિમારીના સારવાર માટે ભગત પાસે જનારા કુટુંબોનું પ્રમાણ ૧૫.૭૯ ટકા છે. તેમજ અન્ય જગ્યાએ સારવાર માટે જનારા કુટુંબોનું પ્રમાણ ૩૬.૮૪ ટકા છે.

ભીલ જ્ઞાતિના આદિવાસી કુટુંબોમાં બિમારીના સમયે ગામની બહાર દવાખાને સારવાર માટે જનારા કુટુંબોનું પ્રમાણ ૫૧.૯૦ ટકા છે.બિમારીના સમયે સારવાર માટે

ભગત પાસે જનારા કુટુંબોનું પ્રમાણ ૩૨.૮૩ ટકા છે. ઉપરાંત અન્ય જગ્યાએ સારવાર માટે જનારા કુટુંબોનું પ્રમાણ ૧૫.૨૭ ટકા છે.

કોષ્ટક નં. ૪.૨.૩

રસીકરણ કાર્યક્રમની માહિતી દર્શાવતું કોષ્ટક

ક્રમ	પસંદ કરેલા કુટુંબો	સંખ્યા	બાળકને રસીકરણ કાર્યક્રમ અંતર્ગત રસી આપવામાં આવેલી છે ?			કુલ
			હા	ના	બાળક નથી	
૧	કુનબી (ટકા)	૬૭ (૧૦૦)	૬૬ (૯૮.૫૦)	--	૧ (૧.૫૦)	૬૭
૨	કુંકણા (ટકા)	૧૧ (૧૦૦)	૯ (૮૧.૮૧)	--	૨ (૧૮.૧૯)	૧૧
૩	કોંકણી (ટકા)	૧૮ (૧૦૦)	૧૮ (૧૦૦)	--	--	૧૮
૪	વારલી (ટકા)	૨૪ (૧૦૦)	૨૪ (૧૦૦)	--	--	૨૪
૫	ગામિત (ટકા)	૧૯ (૧૦૦)	૧૯ (૧૦૦)	--	--	૧૯
૬	ભીલ (ટકા)	૧૩૧ (૧૦૦)	૧૩૦ (૯૯.૨૩)	--	૧ (૦.૭૭)	૧૩૧
૭	કુલ (ટકા)	૨૭૦ (૧૦૦)	૨૬૬ (૯૮.૫૧)	--	૪ (૧.૪૯)	૨૭૦

ટેબલના આધારે વિશ્લેષણ :

ઉપર મુજબના કોષ્ટક નં.૪.૨.૩ માં પસંદ કરેલા આદિવાસી કુટુંબોમાં બાળકોને રસીકરણ કાર્યક્રમ અંતર્ગત રસી આપવામાં આવીવી છે કે નહિં તેની માહિતી દર્શાવવામાં આવી છે. જેમાં કુલ કુટુંબોમાં ૯૮.૫૧ ટકા કુટુંબોએ બાળકોને રસી આપેલી છે. તેમજ ૧.૪૯ ટકા કુટુંબોમાં બાળકો નથી.

કુનબી જ્ઞાતિના આદિવાસી કુટુંબોમાં ૯૮.૫૦ ટકા કુટુંબોમાં બાળકોને રસી આપવામાં આવી છે. તેમજ ૧.૫૦ ટકા કુટુંબોમાં બાળકો નથી.

કુંકણા જ્ઞાતિના આદિવાસી કુટુંબોમાં ૮૧.૮૧ ટકા કુટુંબોમાં બાળકોને રસી આપવામાં આવી છે. તેમજ ૧૮.૧૯ ટકા કુટુંબોમાં બાળકો નથી.

કોંકણી જ્ઞાતિના આદિવાસી કુટુંબોમાં ૧૦૦ ટકા કુટુંબોમાં બાળકોને રસી આપવામાં આવી છે.

વારલી જ્ઞાતિના આદિવાસી કુટુંબોમાં ૧૦૦ ટકા કુટુંબોમાં બાળકોને રસી આપવામાં આવી છે.

ગામિત જ્ઞાતિના આદિવાસી કુટુંબોમાં ૧૦૦ ટકા કુટુંબોમાં બાળકોને રસી આપવામાં આવી છે.

વારલી જ્ઞાતિના આદિવાસી કુટુંબોમાં ૯૯.૨૩ ટકા કુટુંબોમાં બાળકોને રસી આપવામાં આવી છે.

કોષ્ટક નં.૪.૨.૪

આશા વર્કર બહેનો વિષયક માહિતી દર્શાવતું કોષ્ટક

ક્રમ	પસંદ કરેલા કુટુંબો	સંખ્યા	આશા વર્કર બહેનો અઠવાડિયામાં કેટલી વખત આરોગ્યની સારવાર માટે આવે છે ?				કુલ
			એક દિવસ	બે દિવસ	ત્રણ દિવસ	ઘણીવાર	
૧	કુનબી (ટકા)	૬૭ (૧૦૦)	૩૪ (૫૦.૭૪)	--	૮ (૧૧.૯૫)	૨૫ (૩૭.૩૧)	૬૭
૨	કુંકણા (ટકા)	૧૧ (૧૦૦)	૬ (૫૪.૫૪)	૩ (૨૭.૨૮)	--	૨ (૧૮.૧૮)	૧૧
૩	કોંકણી (ટકા)	૧૮ (૧૦૦)	૯ (૫૦)	૪ (૨૨.૨૨)	૧ (૫.૫૬)	૪ (૨૨.૨૨)	૧૮
૪	વારલી (ટકા)	૨૪ (૧૦૦)	૨૧ (૮૭.૫૦)	--	--	૩ (૧૨.૫૦)	૨૪
૫	ગામિત (ટકા)	૧૯ (૧૦૦)	૭ (૩૬.૮૫)	૫ (૨૬.૩૧)	૨ (૧૦.૫૩)	૫ (૨૬.૩૧)	૧૯
૬	ભીલ (ટકા)	૧૩૧ (૧૦૦)	૫૪ (૪૧.૨૨)	૨૩ (૧૭.૫૬)	૧૫ (૧૧.૪૫)	૩૯ (૨૯.૭૭)	૧૩૧
૭	કુલ (ટકા)	૨૭૦ (૧૦૦)	૧૩૧ (૪૮.૫૧)	૩૫ (૧૨.૯૭)	૨૬ (૯.૬૩)	૭૮ (૨૮.૮૯)	૨૭૦

ટેબલના આધારે વિશ્લેષણ :

કોષ્ટક નં.૪.૨.૪ માં પસંદ કરેલા આદિવાસી કુટુંબોના ગામમાં આશા વર્કર બહેનો આરોગ્યની સારવાર માટે અઠવાડિયામાં કેટલી વખત આવે છે, તેની માહિતી દર્શાવવામાં આવી છે. જેમાં કુલ કુટુંબોમાં ગામમાં આશા વર્કર બહેનો એક દિવસ આવે છે. એવું જણાવનારા કુટુંબોની સંખ્યા ૪૮.૫૧ ટકા છે. આશા વર્કર બહેનો એક અઠવાડિયામાં બે દિવસ આવે છે. એવું જણાવનાર કુટુંબોની સંખ્યા ૧૨.૯૭ ટકા છે. આશા વર્કર બહેનો આગ્યની સારવાર માટે અઠવાડિયાના ત્રણ દિવસ આવે છે, એવું જણાવનાર કુટુંબોની સંખ્યાનું પ્રમાણ ૯.૬૩ ટકા છે. તેમજ આશા વર્કર બહેનો આરોગ્યની સારવાર માટે અઠવાડિયામાં ઘણીવાર આવે છે, એવું કહેનાર કુટુંબોનું પ્રમાણ ૨૮.૮૯ ટકા છે.

કુનબી જ્ઞાતિના આદિવાસી કુટુંબોમાં આશા વર્કર બહેનો આરોગ્યની સારવાર માટે એક દિવસ આવે છે, એવું જણાવનાર કુટુંબોનું પ્રમાણ ૫૦.૭૪ ટકા છે. આશા વર્કર બહેનો આરોગ્યની સારવાર માટે ત્રણ દિવસ આવે છે, એવુ જણાવનાર કુટુંબોનું પ્રમાણ ૧૧.૯૫ ટકા છે. તેમજ આશા વર્કર બહેનો આરોગ્યની સારવાર માટે ઘણીવાર આવે છે. એવું જણાવનાર કુટુંબોનું પ્રમાણ ૩૭.૩૧ ટકા છે.

કુંકણા જ્ઞાતિના આદિવાસી કુટુંબોમાં આશા વર્કર બહેનો આરોગ્યની સારવાર માટે એક દિવસ આવે છે, એવું જણાવનાર કુટુંબોનું પ્રમાણ ૫૪.૫૪ ટકા છે. આશા વર્કર બહેનો આરોગ્યની સારવાર માટે અઠવાડિયાના બે દિવસ આવે છે, એવું જણાવનાર કુટુંબોનું પ્રમાણ ૨૭.૨૮ ટકા છે. આશા વર્કર બહેનો આરોગ્યની સારવાર માટે અઠવાડિયામાં ઘણીવાર આવે છે, એવુ જણાવનાર કુટુંબોનું પ્રમાણ ૧૮.૧૮ ટકા છે.

કોંકણી જ્ઞાતિના આદિવાસી કુટુંબોમાં આશા વર્કર બહેનો આરોગ્યની સારવાર માટે એક દિવસ આવે છે, એવું જણાવનાર કુટુંબોનું પ્રમાણ ૫૦ ટકા છે. આશા વર્કર બહેનો આરોગ્યની સારવાર માટે અઠવાડિયાના બે દિવસ આવે છે, એવું જણાવનાર કુટુંબોનું પ્રમાણ ૨૨.૨૨ ટકા છે. આશા વર્કર બહેનો અઠવાડિયામાં ત્રણ દિવસ આવે છે, એવું જણાવનાર કુટુંબોનું પ્રમાણ ૫.૫૬ ટકા છે. તેમજ આશા વર્કર બહેનો આરોગ્યની સારવાર માટે અઠવાડિયામાં ઘણીવાર આવે છે, એવુ જણાવનાર કુટુંબોનું પ્રમાણ ૨૨.૨૨ ટકા છે.

વારલી જ્ઞાતિના આદિવાસી કુટુંબોમાં આશા વર્કર બહેનો આરોગ્યની સારવાર માટે એક દિવસ આવે છે, એવું જણાવનાર કુટુંબોનું પ્રમાણ ૮૭.૫૦ ટકા છે. આશા વર્કર બહેનો આરોગ્યની સારવાર માટે અઠવાડિયામાં ઘણીવાર આવે છે, એવુ જણાવનાર કુટુંબોનુ પ્રમાણ ૧૨.૫૦ ટકા છે.

ગામિત જ્ઞાતિના આદિવાસી કુટુંબોમાં આશા વર્કર બહેનો આરોગ્યની સારવાર માટે એક દિવસ આવે છે, એવું જણાવનાર કુટુંબોનું પ્રમાણ ૩૬.૮૫ ટકા છે. આશા વર્કર બહેનો આરોગ્યની સારવાર માટે અઠવાડિયાના બે દિવસ આવે છે, એવું જણાવનાર કુટુંબોનું પ્રમાણ ૨૬.૩૧ ટકા છે. આશા વર્કર બહેનો અઠવાડિયામાં ત્રણ દિવસ આવે છે, એવું જણાવનાર કુટુંબોનું પ્રમાણ ૧૦.૫૩ ટકા છે. તેમજ આશા વર્કર બહેનો આરોગ્યની સારવાર માટે અઠવાડિયામાં ઘણીવાર આવે છે, એવુ જણાવનાર કુટુંબોનું પ્રમાણ ૨૬.૩૧ ટકા છે.

ભીલ જ્ઞાતિના આદિવાસી કુટુંબોમાં આશા વર્કર બહેનો આરોગ્યની સારવાર માટે એક દિવસ આવે છે, એવું જણાવનાર કુટુંબોનું પ્રમાણ ૪૧.૨૨ ટકા છે. આશા વર્કર બહેનો આરોગ્યની સારવાર માટે અઠવાડિયાના બે દિવસ આવે છે, એવું જણાવનાર કુટુંબોનું પ્રમાણ ૧૭.૫૬ ટકા છે. આશા વર્કર બહેનો અઠવાડિયામાં ત્રણ દિવસ આવે છે, એવું જણાવનાર કુટુંબોનું પ્રમાણ ૧૧.૪૫ ટકા છે. તેમજ આશા વર્કર બહેનો આરોગ્યની સારવાર માટે અઠવાડિયામાં ઘણીવાર આવે છે, એવુ જણાવનાર કુટુંબોનું પ્રમાણ ૨૯.૭૭ ટકા છે.

કોષ્ટક નં.૪.૨.૫
નર્સ બહેનો વિષયક માહિતી

ક્રમ	પસંદ કરેલા કુટુંબો	સંખ્યા	નર્સ બહેનો આરોગ્યની સારવાર માટે મહિનામાં કેટલા દિવસ આવે છે ?				કુલ
			૧૦ થી ૧૫ દિવસ	૧૬ થી ૨૦ દિવસ	૨૧ થી ૨૫ દિવસ	૨૬ થી ૩૧ દિવસ	
૧	કુનબી (ટકા)	૬૭ (૧૦૦)	૪ (૫.૯૮)	૨૦ (૨૯.૮૫)	૧૧ (૧૬.૪૧)	૩૨ (૪૭.૭૬)	૬૭
૨	કુંકણા (ટકા)	૧૧ (૧૦૦)	૨ (૧૮.૧૮)	૫ (૪૫.૪૫)	૩ (૨૭.૨૮)	૧ (૯.૦૯)	૧૧
૩	કોંકણી	૧૮	૧	૧૦	૭	--	૧૮

	(ટકા)	(૧૦૦)	(૫.૫૬)	(૫૫.૫૬)	(૩૮.૮૮)		
૪	વારલી (ટકા)	૨૪ (૧૦૦)	૧ (૪.૧૭)	૧૪ (૫૮.૩૩)	૪ (૧૬.૬૭)	૫ (૨૦.૮૩)	૨૪
૫	ગામિત (ટકા)	૧૯ (૧૦૦)	૫ (૨૬.૩૧)	૮ (૪૨.૧૧)	૫ (૨૬.૩૧)	૧ (૫.૨૭)	૧૯
૬	ભીલ (ટકા)	૧૩૧ (૧૦૦)	૬ (૪.૫૯)	૫૩ (૪૦.૪૬)	૫૯ (૪૫.૦૩)	૧૩ (૯.૯૨)	૧૩૧
૭	કુલ (ટકા)	૨૭૦ (૧૦૦)	૧૯ (૭.૦૩)	૧૧૦ (૪૦.૭૪)	૮૯ (૩૨.૯૭)	૫૨ (૧૯.૨૬)	૨૭૦

ટેબલના આધારે વિશ્લેષણ :

કોષ્ટક નં.૪.૨.૫ માં પસંદ કરેલા આદિવાસી કુટુંબોમાં નર્સ બહેનો આરોગ્યની સારવાર માટે મહિનામાં કેટલા દિવસ આવે છે, તેની માહિતી દર્શાવવામાં આવી છે. જેમાં કુલ કુટુંબોમાંથી નર્સ બહેનો આરોગ્યની સારવાર માટે ગામમાં ૧૦ થી ૧૫ દિવસે આવે છે. એવું જણાવનારા કુટુંબોનું પ્રમાણ ૭.૦૩ ટકા છે. નર્સ બહેનો આરોગ્યની સારવાર માટે ૧૬ થી ૨૦ દિવસે આવે છે. એવું જણાવનાર કુટુંબોનું પ્રમાણ ૪૦.૭૪ ટકા છે.

નર્સ બહેનો આરોગ્યની સારવાર માટે ગામમાં મહિનામાં ૨૧ થી ૨૫ દિવસે આવે છે. એવું જણાવનાર કુટુંબોનું પ્રમાણ ૩૨.૯૭. ટકા છે. નર્સ બહેનો આરોગ્યની સારવાર માટે ૨૬ થી ૩૧ દિવસે મહિનામાં ગામમાં આવે છે. એવું જણાવનારા કુટુંબોનું પ્રમાણ ૧૯.૨૬ ટકા છે.

કુનબી જ્ઞાતિના આદિવાસી કુટુંબોમાં નર્સ બહેનો આરોગ્યની વારવાર માટે ગામમાં મહિનામાં ૧૦ થી ૧૫ દિવસે આવે છે, એવું જણાવનાર કુટુંબોનુ પ્રમાણ ૫.૯૮ ટકા છે. નર્સ બહેનો આરોગ્યની સારવાર માટે ગામમાં મહિનામાં ૧૬ થી ૨૦ દિવસે આવે છે, એવું જણાવનારા કુટુંબોનું પ્રમાણ ૨૯.૮૦ ટકા છે. નર્સ બહેનો આરોગ્યની સારવાર માટે ગામમાં મહિનામાં ૨૧ થી ૨૫ દિવસ આવે છે, એવું જણાવનારા કુટુંબોનું પ્રમાણ ૧૬.૪૧ ટકા છે.તેમજ નર્સ બહેનો આરોગ્યની સારવાર માટે મહિનામાં ૨૬ થી ૩૧ દિવસ આવે છે, એવું જણાવનારા કુટુંબોનું પ્રમાણ ૪૭.૭૬ ટકા છે.

કુંકણા જ્ઞાતિના આદિવાસી કુટુંબોમાં નર્સ બહેનો આરોગ્યની વારવાર માટે ગામમાં મહિનામાં ૧૦ થી ૧૫ દિવસે આવે છે, એવું જણાવનાર કુટુંબોનું પ્રમાણ ૧૮.૧૮ ટકા છે. નર્સ બહેનો આરોગ્યની સારવાર માટે ગામમાં મહિનામાં ૧૬ થી ૨૦ દિવસે આવે છે, એવું જણાવનારા કુટુંબોનું પ્રમાણ ૪૫.૪૫ ટકા છે. નર્સ બહેનો આરોગ્યની સારવાર માટે ગામમાં મહિનામાં ૨૧ થી ૨૫ દિવસ આવે છે, એવું જણાવનારા કુટુંબોનું પ્રમાણ ૨૭.૨૮ ટકા છે. તેમજ નર્સ બહેનો આરોગ્યની સારવાર માટે મહિનામાં ૨૬ થી ૩૧ દિવસ આવે છે, એવું જણાવનારા કુટુંબોનું પ્રમાણ ૯.૦૯ ટકા છે.

કોંકણી જ્ઞાતિના આદિવાસી કુટુંબોમાં નર્સ બહેનો આરોગ્યની વારવાર માટે ગામમાં મહિનામાં ૧૦ થી ૧૫ દિવસે આવે છે, એવું જણાવનાર કુટુંબોનું પ્રમાણ ૫.૫૬ ટકા છે. નર્સ બહેનો આરોગ્યની સારવાર માટે ગામમાં મહિનામાં ૧૬ થી ૨૦ દિવસે આવે છે, એવું જણાવનારા કુટુંબોનું પ્રમાણ ૫૫.૫૬ ટકા છે. નર્સ બહેનો આરોગ્યની સારવાર માટે ગામમાં મહિનામાં ૨૧ થી ૨૫ દિવસ આવે છે, એવું જણાવનારા કુટુંબોનું પ્રમાણ ૩૮.૮૮ ટકા છે.

વારલી જ્ઞાતિના આદિવાસી કુટુંબોમાં નર્સ બહેનો આરોગ્યની વારવાર માટે ગામમાં મહિનામાં ૧૦ થી ૧૫ દિવસે આવે છે, એવું જણાવનાર કુટુંબોનું પ્રમાણ ૪.૧૭ ટકા છે. નર્સ બહેનો આરોગ્યની સારવાર માટે ગામમાં મહિનામાં ૧૬ થી ૨૦ દિવસે આવે છે, એવુ જણાવનારા કુટુંબોનું પ્રમાણ ૫૮.૩૩ ટકા છે. નર્સ બહેનો આરોગ્યની સારવાર માટે ગામમાં મહિનામાં ૨૧ થી ૨૫ દિવસ આવે છે, એવું જણાવનારા કુટુંબોનું પ્રમાણ ૧૬.૬૭ ટકા છે.તેમજ નર્સ બહેનો આરોગ્યની સારવાર માટે મહિનામાં ૨૬ થી ૩૧ દિવસ આવે છે, એવું જણાવનારા કુટુંબોનું પ્રમાણ ૨૦.૮૩ ટકા છે.

ગામિત જ્ઞાતિના આદિવાસી કુટુંબોમાં નર્સ બહેનો આરોગ્યની વારવાર માટે ગામમાં મહિનામાં ૧૦ થી ૧૫ દિવસે આવે છે, એવું જણાવનાર કુટુંબોનું પ્રમાણ ૨૬.૩૧ ટકા છે. નર્સ બહેનો આરોગ્યની સારવાર માટે ગામમાં મહિનામાં ૧૬ થી ૨૦ દિવસે આવે છે, એવુ જણાવનારા કુટુંબોનું પ્રમાણ ૪૨.૧૧ ટકા છે. નર્સ બહેનો આરોગ્યની સારવાર માટે ગામમાં મહિનામાં ૨૧ થી ૨૫ દિવસ આવે છે, એવું જણાવનારા કુટુંબોનું પ્રમાણ ૨૬.૩૧ ટકા છે.તેમજ નર્સ બહેનો આરોગ્યની સારવાર

માટે મહિનામાં ૨૬ થી ૩૧ દિવસ આવે છે, એવું જણાવનારા કુટુંબોનું પ્રમાણ ૫.૨૭ ટકા છે.

ભીલ જ્ઞાતિના આદિવાસી કુટુંબોમાં નર્સ બહેનો આરોગ્યની વારવાર માટે ગામમાં મહિનામાં ૧૦ થી ૧૫ દિવસે આવે છે, એવું જણાવનાર કુટુંબોનું પ્રમાણ ૪.૫૯ ટકા છે. નર્સ બહેનો આરોગ્યની સારવાર માટે ગામમાં મહિનામાં ૧૬ થી ૨૦ દિવસે આવે છે, એવું જણાવનારા કુટુંબોનું પ્રમાણ ૪૦.૪૬ ટકા છે. નર્સ બહેનો આરોગ્યની સારવાર માટે ગામમાં મહિનામાં ૨૧ થી ૨૫ દિવસ આવે છે, એવું જણાવનારા કુટુંબોનું પ્રમાણ ૪૫.૦૩ ટકા છે.તેમજ નર્સ બહેનો આરોગ્યની સારવાર માટે મહિનામાં ૨૬ થી ૩૧ દિવસ આવે છે, એવું જણાવનારા કુટુંબોનું પ્રમાણ ૯.૯૨ ટકા છે.

૪.૩ શિક્ષણ વિષયક માહિતી:

ડાંગ જિલ્લામાં વસવાટ કરતી આદિજાતિઓ કુનબી, કુંકણા, કોંકણી, વારલી, ગામિત અને ભીલ જન જાતિઓમાં શિક્ષણનું પ્રમાણ અને પરિસ્થિતિ વિશેની માહિતીનું વર્ગીકરણ આ વિભાગમાં કરવામાં આવ્યું છે. આ વિભાગમાં ઉત્તરદાતાઓ પાસેથી શિક્ષણને લગતી માહિતી મેળવેલ છે. શૈક્ષણિક પાસાઓમાં સારી શાળાની વ્યવસ્થા, બાળકને શાળાએ મોકલવા માટેની નિયમિતતા, કઈ બાબત માટે શિક્ષણ, પુત્ર-પૂત્રીને ઉચ્ચ શિક્ષણ મેળવવા માટેનું સ્થળ, શિક્ષણ અંગે સરકારની યોજનાઓનો લાભ, બાળકને આગળ ભણાવવાની મુશ્કેલી વગેરે પ્રસ્તુત વિભાગમાં પ્રશ્નો અંગેનું વિસ્તૃત વિશ્લેષણ કરવામાં આવ્યું છે. જે નીચે મુજબ દર્શાવવામાં આવ્યું છે.

કોષ્ટક નં.૪.૩.૧

ઉચ્ચ શિક્ષણ વિષયક માહિતી દર્શાવતું કોષ્ટક

ક્રમ	પસંદ કરેલા કુટુંબો	સંખ્યા	ઉચ્ચ શિક્ષણ મેળવવા જવા દેવાનું સ્થળ				કુલ
			જિલ્લાની કોલેજમાં	બીજા જિલ્લામાં	શહેરમાં	અન્ય	
૧	કુનબી (ટકા)	૬૭ (૧૦૦)	૧૨ (૧૭.૯૧)	૮ (૧૧.૯૪)	૨૭ (૪૦.૩૦)	૨૦ (૨૯.૮૫)	૬૭
૨	કુંકણા (ટકા)	૧૧ (૧૦૦)	૨ (૧૮.૧૮)	૧ (૯.૧૦)	---	૮ (૭૨.૭૨)	૧૧
૩	કોંકણી (ટકા)	૧૮ (૧૦૦)	૩ (૧૬.૬૭)	---	૧ (૫.૫૬)	૧૪ (૭૭.૭૭)	૧૮

૪	વારલી (ટકા)	૨૪ (૧૦૦)	---	---	૫ (૨૦.૮૩)	૧૯ (૭૯.૧૭)	૨૪
૫	ગામિત (ટકા)	૧૯ (૧૦૦)	૨ (૧૦.૫૨)	૨ (૧૦.૫૨)	૨ (૧૦.૫૨)	૧૩ (૬૮.૪૩)	૧૯
૬	ભીલ (ટકા)	૧૩૧ (૧૦૦)	૨૪ (૧૮.૩૨)	૧૨ (૯.૧૭)	૨૪ (૧૮.૩૨)	૭૧ (૫૪.૧૯)	૧૩૧
૭	કુલ (ટકા)	૨૭૦ (૧૦૦)	૪૩ (૧૫.૯૩)	૨૩ (૮.૫૧)	૫૯ (૨૧.૮૬)	૧૪૫ (૫૩.૭૦)	૨૭૦

ટેબલના આધારે વિશ્લેષણ :

કોષ્ટક નં.૪.૩.૧ માં પસંદ કરેલા કુટુંબો પોતાના બાળકોને ઉચ્ચ શિક્ષણ મેળવવા માટે કયા સ્થળે જવા દેવા માગે છે. તે દર્શાવવામાં આવ્યું છે. જેમાં સૌથી વધારે ઉચ્ચ શિક્ષણ મેળવવા માટે અન્ય સ્થળે બાળકને ભણવા માટે મોકલવા માંગે છે. જે ૫૩.૭૦ ટકા છે. ૧૫.૯૩ ટકા કુટુંબો ઉચ્ચ શિક્ષણ માટે જિલ્લાની કોલેજમાં બાળકોને મોકલવા માંગે છે. ૮.૫૧ ટકા કુટુંબો બીજા જિલ્લામાં ઉચ્ચ શિક્ષણ માટે મોકલવા માંગે છે. ૨૧.૮૬ ટકા કુટુંબોમાં બાળકને ઉચ્ચ શિક્ષણ મેળવવા માટે જવા દેવા માંગે છે.

કુનબી જ્ઞાતિના આદિવાસી કુટુંબોમાં ૧૭.૯૧ ટકા કુટુંબો બાળકોને ઉચ્ચ શિક્ષણ માટે જિલ્લાની કોલેજમાં જવા દેવા માગે છે. ૧૧.૯૪ ટકા કુટુંબો બીજા જિલ્લામાં બાળકને ઉચ્ચ શિક્ષણ માટે જવા દેવા માંગે છે. ૪૦.૩૦ ટકા કુટુંબો ઉચ્ચ શિક્ષણ માટે શહેરમાં બાળકને મોકલવા માંગે છે.

કુંકણા જ્ઞાતિના આદિવાસી કુટુંબોમાં ૧૮.૧૮ ટકા કુટુંબો બાળકોને ઉચ્ચ શિક્ષણ માટે જિલ્લાની કોલેજમાં જવા દેવા માગે છે. ૯.૧૦ ટકા કુટુંબો બીજા જિલ્લામાં બાળકને ઉચ્ચ શિક્ષણ માટે જવા દેવા માંગે છે. અને ૭૨.૭૨ ટકા કુટુંબો અન્ય સ્થળે બાળકને ઉચ્ચ શિક્ષણ માટે મોકલવા માંગે છે.

કોંકણી જ્ઞાતિના આદિવાસી કુટુંબોમાં ૧૬.૬૭ ટકા કુટુંબો બાળકોને ઉચ્ચ શિક્ષણ માટે જિલ્લાની કોલેજમાં જવા દેવા માગે છે. ૫.૫૬ ટકા કુટુંબો બાળકને ઉચ્ચ શિક્ષણ માટે શહેરમાં મોકલવા માંગે છે. ૭૭.૭૭ ટકા કુટુંબો ઉચ્ચ શિક્ષણ માટે બાળકને અન્ય સ્થળે મોકલવા માંગે છે.

વારલી જ્ઞાતિના આદિવાસી કુટુંબોમાં ૨૦.૮૩ ટકા કુટુંબો બાળકોને શહેરમાં મોકલવા માંગે છે. ૭૯.૧૭ ટકા કુટુંબો ઉચ્ચ શિક્ષણ માટે બાળકને અન્ય સ્થળે મોકલવા માંગે છે.

ગામિત જ્ઞાતિના આદિવાસી કુટુંબોમાં ૧૦.૫૨ ટકા કુટુંબો બાળકોને ઉચ્ચ શિક્ષણ માટે જિલ્લાની કોલેજમાં જવા દેવા માગે છે. ૧૦.૫૨ ટકા કુટુંબો બીજા જિલ્લામાં બાળકને ઉચ્ચ શિક્ષણ માટે જવા દેવા માંગે છે. ૧૦.૫૩ ટકા કુટુંબો ઉચ્ચ શિક્ષણ માટે શહેરમાં બાળકને મોકલવા માંગે છે. ૬૮.૪૩ ટકા કુટુંબો બાળકને ઉચ્ચ શિક્ષણ માટે અન્ય સ્થળે મોકલવા માંગે છે.

ભીલ જ્ઞાતિના આદિવાસી કુટુંબોમાં ૧૮.૩૨ ટકા કુટુંબો બાળકોને ઉચ્ચ શિક્ષણ માટે જિલ્લાની કોલેજમાં જવા દેવા માગે છે. ૯.૧૭ ટકા કુટુંબો બીજા જિલ્લામાં બાળકને ઉચ્ચ શિક્ષણ માટે જવા દેવા માંગે છે. ૧૮.૩૨ ટકા કુટુંબો ઉચ્ચ શિક્ષણ માટે શહેરમાં બાળકને મોકલવા માંગે છે. તેમજ ૫૪.૧૯ ટકા કુટુંબો ઉચ્ચ શિક્ષણ માટે બાળકને અન્ય સ્થળે મોકવા માંગે છે.

કોષ્ટક નં.૪.૩.૨

બાળકોને આગળ ભણાવવામાં મુશ્કેલી વિષયક માહિતી દર્શાવતું કોષ્ટક

ક્રમ	પસંદ કરેલા કુટુંબો	સંખ્યા	ભણવાની મુશ્કેલી		મુશ્કેલીનો પ્રકાર				કુલ
			હા	ના	શાળા દુર હોવાથી	વધુ ખર્ચ થવાથી	બાળ મજૂરી કરવાથી	અન્ય	
૧	કુનબી (ટકા)	૬૭ -૧૦૦	૬૩ -૯૪	૪ -૫.૯૮	૬૩ -૯૪	૬૩ -૯૪	---	---	૬૭
૨	કુંકણા (ટકા)	૧૧ -૧૦૦	૧૧ -૧૦૦	---	૧૧ -૧૦૦	૧૦ -૯૦.૯	---	---	૧૧
૩	કોંકણી (ટકા)	૧૮ -૧૦૦	૧૩ -૭૨.૨	૫ -૨૭.૮	૧૩ -૭૨.૨	૯ -૫૦	---	---	૧૮
૪	વારલી (ટકા)	૨૪ -૧૦૦	૧૯ -૭૯.૨	૫ -૨૦.૮	૧૯ -૭૯.૨	૧૯ -૭૯.૨	---	---	૨૪
૫	ગામિત (ટકા)	૧૯ -૧૦૦	૧૯ -૧૦૦	---	૧૮ -૯૪.૭	૧૯ -૧૦૦	---	---	૧૯
૬	ભીલ (ટકા)	૧૩૧ -૧૦૦	૧૨૦ -૯૧.૬	૧૧ -૮.૪	૧૨૦ -૯૧.૬	૧૨૦ -૯૧.૬	---	---	૧૩૧
૭	કુલ (ટકા)	૨૭૦ -૧૦૦	૨૪૫ -૯૦.૭	૨૫ -૯.૨૬	૨૪૪ -૯૦.૪	૨૪૦ -૮૮.૯	---	---	૨૭૦

ટેબલના આધારે વિશ્લેષણ :

કોષ્ટક નં.૪.૩.૨ માં બાળકને આગળ ભણાવવામાં મુશ્કેલી વિષયક માહિતી દર્શાવવામાં આવી છે. જેમાં કુલ કુટુંબોમાં ૯૦.૭૪ ટકા કુટુંબોમાં બાળકોને આગળ ભણાવવાની મુશ્કેલી નડે છે. ૯.૨૬ ટકા કુટુંબોને બાળકોને આગળ ભણાવવામાં મુશ્કેલી નડતી નથી. જેમાં ૯૦.૩૭ ટકા કુટુંબોને શાળા દૂર હોવાથી મુશ્કેલી નડે છે. તેમજ ૮૮.૮૯ ટકા કુટુંબોને વધુ ખર્ચ થવાથી મુશ્કેલી નડે છે.

કુનબી જ્ઞાતિના આદિવાસી કુટુંબોમાં ૯૪.૦૨ ટકા કુટુંબોમાં બાળકોને આગળ ભણાવવાની મુશ્કેલી નડે છે. ૫.૯૮ ટકા કુટુંબોમાં બાળકોને આગળ ભણાવવાની મુશ્કેલી નડતી નથી. જેમાં ૯૪.૦૨ ટકા કુટુંબોને શાળા દુર હોવાથી મુશ્કેલી નડે છે. તેમજ ૯૪.૦૨ ટકા કુટુંબોને વધુ ખર્ચ થવાની મુશ્કેલી નડે છે.

કુંકણા જ્ઞાતિના આદિવાસી કુટુંબોમાં ૧૦૦ ટકા કુટુંબોને બાળકોને આગળ ભણવવાની મુશ્કેલી નડે છે. જેમાં ૧૦૦ ટકા કુટુંબોને શાળા દુર હોવાથી મુશ્કેલી નડે છે. તેમજ ૯૦.૯૦ ટકા કુટુંબો વધુ ખર્ચ થવાથી મુશ્કેલી નડે છે.

કોંકણી જ્ઞાતિના આદિવાસી કુટુંબોમાં ૭૨.૨૨ ટકા કુટુંબોમાં બાળકોને આગળ ભણાવવાની મુશ્કેલી નડે છે. ૨૭.૭૮ ટકા કુટુંબોમાં બાળકોને આગળ ભણાવવાની મુશ્કેલી નડતી નથી. જેમાં ૭૨.૨૨ ટકા કુટુંબોને શાળા દુર હોવાથી મુશ્કેલી નડે છે. તેમજ ૫૦ ટકા કુટુંબોને વધુ ખર્ચ થવાની મુશ્કેલી નડે છે.

વારલી જ્ઞાતિના આદિવાસી કુટુંબોમાં ૭૯.૧૭ ટકા કુટુંબોમાં બાળકોને આગળ ભણાવવાની મુશ્કેલી નડે છે. ૨૦.૮૩ ટકા કુટુંબોમાં બાળકોને આગળ ભણાવવાની મુશ્કેલી નડતી નથી. જેમાં ૭૯.૧૭ ટકા કુટુંબોને શાળા દુર હોવાથી મુશ્કેલી નડે છે. તેમજ ૭૯.૧૭ ટકા કુટુંબોને વધુ ખર્ચ થવાથી મુશ્કેલી નડે છે.

ગામિત જ્ઞાતિના આદિવાસી કુટુંબોમાં ૧૦૦ ટકા કુટુંબોમાં બાળકોને આગળ ભણાવવાની મુશ્કેલી નડે છે. જેમા ૯૪.૭૩ ટકા કુટુંબોને શાળા દુર હોવાથી મુશ્કેલી નડે છે. તેમજ ૧૦૦ ટકા કુટુંબોને વધુ ખર્ચ થવાથી મુશ્કેલી નડે છે.

ભીલ જ્ઞાતિના આદિવાસી કુટુંબોમાં ૯૧.૬૦ ટકા કુટુંબોમાં બાળકોને આગળ ભણાવવાની મુશ્કેલી નડે છે. ૮.૪૦ ટકા કુટુંબોમાં બાળકોને આગળ ભણાવવાની મુશ્કેલી નડતી નથી. ૯૧.૬૦ ટકા કુટુંબોને શાળા દુર હોવાથી મુશ્કેલી નડે છે. તેમજ ૯૧.૬૦ ટકા કુટુંબોને વધુ ખર્ચ થવાથી મુશ્કેલી નડે છે.

કોષ્ટક નં.૪.૩.૩
ઉચ્ચ શિક્ષણ વિષયક માહિતી દર્શાવતું કોષ્ટક

ક્રમ	પસંદ કરેલા કુટુંબો	સંખ્યા	ઉચ્ચ શિક્ષણ મેળવવા જવા દેવાનું સ્થળ				કુલ
			જિલ્લાની કોલેજમાં	બીજા જિલ્લામાં	શહેરમાં	અન્ય	
૧	કુનબી (ટકા)	૬૭ (૧૦૦)	૧૨ (૧૭.૯૧)	૮ (૧૧.૯૪)	૨૭ (૪૦.૩૦)	૨૦ (૨૯.૮૫)	૬૭
૨	કુંકણા (ટકા)	૧૧ (૧૦૦)	૨ (૧૮.૧૮)	૧ (૯.૧૦)	---	૮ (૭૨.૭૨)	૧૧
૩	કોંકણી (ટકા)	૧૮ (૧૦૦)	૩ (૧૬.૬૭)	---	૧ (૫.૫૬)	૧૪ (૭૭.૭૭)	૧૮
૪	વારલી (ટકા)	૨૪ (૧૦૦)	---	---	૫ (૨૦.૮૩)	૧૯ (૭૯.૧૭)	૨૪
૫	ગામિત (ટકા)	૧૯ (૧૦૦)	૨ (૧૦.૫૨)	૨ (૧૦.૫૨)	૨ (૧૦.૫૨)	૧૩ (૬૮.૪૩)	૧૯
૬	ભીલ (ટકા)	૧૩૧ (૧૦૦)	૨૪ (૧૮.૩૨)	૧૨ (૯.૧૭)	૨૪ (૧૮.૩૨)	૭૧ (૫૪.૧૯)	૧૩૧
૭	કુલ (ટકા)	૨૭૦ (૧૦૦)	૪૩ (૧૫.૯૩)	૨૩ (૮.૫૧)	૫૯ (૨૧.૮૬)	૧૪૫ (૫૩.૭૦)	૨૭૦

ટેબલના આધારે વિશ્લેષણ :

કોષ્ટક નં.૪.૩.૩ માં પસંદ કરેલા કુટુંબો પોતાના બાળકોને ઉચ્ચ શિક્ષણ મેળવવા માટે કયા સ્થળે જવા દેવા માગે છે. તે દર્શાવવામાં આવ્યું છે. જેમાં સૌથી વધારે ઉચ્ચ શિક્ષણ મેળવવા માટે અન્ય સ્થળે બાળકને ભણવા માટે મોકલવા માંગે છે. જે ૫૩.૭૦ ટકા છે. ૧૫.૯૩ ટકા કુટુંબો ઉચ્ચ શિક્ષણ માટે જિલ્લાની કોલેજમાં બાળકોને મોકલવા માંગે છે. ૮.૫૧ ટકા કુટુંબો બીજા જિલ્લામાં ઉચ્ચ શિક્ષણ માટે મોકલવા માંગે છે. ૨૧.૮૬ ટકા કુટુંબોમાં બાળકને ઉચ્ચ શિક્ષણ મેળવવા માટે જવા દેવા માંગે છે.

કુનબી જ્ઞાતિના આદિવાસી કુટુંબોમાં ૧૭.૯૧ ટકા કુટુંબો બાળકોને ઉચ્ચ શિક્ષણ માટે જિલ્લાની કોલેજમાં જવા દેવા માગે છે. ૧૧.૯૪ ટકા કુટુંબો બીજા

જિલ્લામાં બાળકને ઉચ્ચ શિક્ષણ માટે જવા દેવા માંગે છે. ૪૦.૩૦ ટકા કુટુંબો ઉચ્ચ શિક્ષણ માટે શહેરમાં બાળકને મોકલવા માંગે છે.

કુંકણા જ્ઞાતિના આદિવાસી કુટુંબોમાં ૧૮.૧૮ ટકા કુટુંબો બાળકોને ઉચ્ચ શિક્ષણ માટે જિલ્લાની કોલેજમાં જવા દેવા માગે છે. ૯.૧૦ ટકા કુટુંબો બીજા જિલ્લામાં બાળકને ઉચ્ચ શિક્ષણ માટે જવા દેવા માંગે છે. અને ૭૨.૭૨ ટકા કુટુંબો અન્ય સ્થળે બાળકને ઉચ્ચ શિક્ષણ માટે મોકલવા માંગે છે.

કોંકણી જ્ઞાતિના આદિવાસી કુટુંબોમાં ૧૬.૬૭ ટકા કુટુંબો બાળકોને ઉચ્ચ શિક્ષણ માટે જિલ્લાની કોલેજમાં જવા દેવા માગે છે. ૫.૫૬ ટકા કુટુંબો બાળકને ઉચ્ચ શિક્ષણ માટે શહેરમાં મોકલવા માંગે છે. ૭૭.૭૭ ટકા કુટુંબો ઉચ્ચ શિક્ષણ માટે બાળકને અન્ય સ્થળે મોકલવા માંગે છે.

વારલી જ્ઞાતિના આદિવાસી કુટુંબોમાં ૨૦.૮૩ ટકા કુટુંબો બાળકોને શહેરમાં મોકલવા માંગે છે. ૭૯.૧૭ ટકા કુટુંબો ઉચ્ચ શિક્ષણ માટે બાળકને અન્ય સ્થળે મોકલવા માંગે છે.

ગામિત જ્ઞાતિના આદિવાસી કુટુંબોમાં ૧૦.૫૨ ટકા કુટુંબો બાળકોને ઉચ્ચ શિક્ષણ માટે જિલ્લાની કોલેજમાં જવા દેવા માગે છે. ૧૦.૫૨ ટકા કુટુંબો બીજા જિલ્લામાં બાળકને ઉચ્ચ શિક્ષણ માટે જવા દેવા માંગે છે. ૧૦.૫૩ ટકા કુટુંબો ઉચ્ચ શિક્ષણ માટે શહેરમાં બાળકને મોકલવા માંગે છે. ૬૮.૪૩ ટકા કુટુંબો બાળકને ઉચ્ચ શિક્ષણ માટે અન્ય સ્થળે મોકલવા માંગે છે.

ભીલ જ્ઞાતિના આદિવાસી કુટુંબોમાં ૧૮.૩૨ ટકા કુટુંબો બાળકોને ઉચ્ચ શિક્ષણ માટે જિલ્લાની કોલેજમાં જવા દેવા માગે છે. ૯.૧૭ ટકા કુટુંબો બીજા જિલ્લામાં બાળકને ઉચ્ચ શિક્ષણ માટે જવા દેવા માંગે છે. ૧૮.૩૨ ટકા કુટુંબો ઉચ્ચ શિક્ષણ માટે શહેરમાં બાળકને મોકલવા માંગે છે. તેમજ ૫૪.૧૯ ટકા કુટુંબો ઉચ્ચ શિક્ષણ માટે બાળકને અન્ય સ્થળે મોકવા માંગે છે.

કોષ્ટક નં.૪.૩.૪

બાળકોને આગળ ભણાવવામાં મુશ્કેલી વિષયક માહિતી દર્શાવતું કોષ્ટક

ક્રમ	પસંદ કરેલા કુટુંબો	સંખ્યા	ભણવાની મુશ્કેલી		મુશ્કેલીનો પ્રકાર				કુલ
			હા	ના	શાળા દુર હોવાથી	વધુ ખર્ચ થવાથી	બાળ મજૂરી કરવાથી	અન્ય	
૧	કુનબી (ટકા)	૬૭ -૧૦૦	૬૩ -૯૪	૪ -૬	૬૩ -૯૪	૬૩ -૯૪	---	---	૬૭
૨	કુંકણા (ટકા)	૧૧ -૧૦૦	૧૧ -૧૦૦	---	૧૧ -૧૦૦	૧૦ -૯૧	---	---	૧૧
૩	કોંકણી (ટકા)	૧૮ -૧૦૦	૧૩ -૭૨	૫ -૨૮	૧૩ -૭૨	૯ -૫૦	---	---	૧૮
૪	વારલી (ટકા)	૨૪ -૧૦૦	૧૯ -૭૯	૫ -૨૧	૧૯ -૭૯	૧૯ -૭૯	---	---	૨૪
૫	ગામિત (ટકા)	૧૯ -૧૦૦	૧૯ -૧૦૦	---	૧૮ -૯૫	૧૯ -૧૦૦	---	---	૧૯
૬	ભીલ (ટકા)	૧૩૧ -૧૦૦	૧૨૦ -૯૨	૧૧ -૮.૪	૧૨૦ -૯૨	૧૨૦ -૯૨	---	---	૧૩૧
૭	કુલ (ટકા)	૨૭૦ -૧૦૦	૨૪૫ -૯૧	૨૫ -૯.૩	૨૪૪ -૯૦	૨૪૦ -૮૯	---	---	૨૭૦

ટેબલના આધારે વિશ્લેષણ :

કોષ્ટક નં.૪.૩.૪ માં બાળકને આગળ ભણાવવામાં મુશ્કેલી વિષયક માહિતી દર્શાવવામાં આવી છે. જેમાં કુલ કુટુંબોમાં ૯૦.૭૪ ટકા કુટુંબોમાં બાળકોને આગળ ભણાવવાની મુશ્કેલી નડે છે. ૯.૨૬ ટકા કુટુંબોને બાળકોને આગળ ભણાવવામાં મુશ્કેલી નડતી નથી. જેમાં ૯૦.૩૭ ટકા કુટુંબોને શાળા દૂર હોવાથી મુશ્કેલી નડે છે. તેમજ ૮૮.૮૯ ટકા કુટુંબોને વધુ ખર્ચ થવાથી મુશ્કેલી નડે છે.

કુનબી જ્ઞાતિના આદિવાસી કુટુંબોમાં ૯૪.૦૨ ટકા કુટુંબોમાં બાળકોને આગળ ભણાવવાની મુશ્કેલી નડે છે. ૫.૯૮ ટકા કુટુંબોમાં બાળકોને આગળ ભણાવવાની મુશ્કેલી નડતી નથી. જેમાં ૯૪.૦૨ ટકા કુટુંબોને શાળા દુર હોવાથી મુશ્કેલી નડે છે. તેમજ ૯૪.૦૨ ટકા કુટુંબોને વધુ ખર્ચ થવાની મુશ્કેલી નડે છે.

કુંકણા જ્ઞાતિના આદિવાસી કુટુંબોમાં ૧૦૦ ટકા કુટુંબોને બાળકોને આગળ ભણવવાની મુશ્કેલી નડે છે. જેમાં ૧૦૦ ટકા કુટુંબોને શાળા દુર હોવાથી મુશ્કેલી નડે છે. તેમજ ૯૦.૯૦ ટકા કુટુંબો વધુ ખર્ચ થવાથી મુશ્કેલી નડે છે.

કોંકણી જ્ઞાતિના આદિવાસી કુટુંબોમાં ૭૨.૨૨ ટકા કુટુંબોમાં બાળકોને આગળ ભણાવવાની મુશ્કેલી નડે છે. ૨૭.૭૮ ટકા કુટુંબોમાં બાળકોને આગળ ભણાવવાની મુશ્કેલી નડતી નથી. જેમાં ૭૨.૨૨ ટકા કુટુંબોને શાળા દુર હોવાથી મુશ્કેલી નડે છે. તેમજ ૫૦ ટકા કુટુંબોને વધુ ખર્ચ થવાની મુશ્કેલી નડે છે.

વારલી જ્ઞાતિના આદિવાસી કુટુંબોમાં ૭૯.૧૭ ટકા કુટુંબોમાં બાળકોને આગળ ભણાવવાની મુશ્કેલી નડે છે. ૨૦.૮૩ ટકા કુટુંબોમાં બાળકોને આગળ ભણાવવાની મુશ્કેલી નડતી નથી. જેમાં ૭૯.૧૭ ટકા કુટુંબોને શાળા દુર હોવાથી મુશ્કેલી નડે છે. તેમજ ૭૯.૧૭ ટકા કુટુંબોને વધુ ખર્ચ થવાથી મુશ્કેલી નડે છે.

ગામિત જ્ઞાતિના આદિવાસી કુટુંબોમાં ૧૦૦ ટકા કુટુંબોમાં બાળકોને આગળ ભણાવવાની મુશ્કેલી નડે છે. જેમા ૯૪.૭૩ ટકા કુટુંબોને શાળા દુર હોવાથી મુશ્કેલી નડે છે. તેમજ ૧૦૦ ટકા કુટુંબોને વધુ ખર્ચ થવાથી મુશ્કેલી નડે છે.

ભીલ જ્ઞાતિના આદિવાસી કુટુંબોમાં ૯૧.૬૦ ટકા કુટુંબોમાં બાળકોને આગળ ભણાવવાની મુશ્કેલી નડે છે. ૮.૪૦ ટકા કુટુંબોમાં બાળકોને આગળ ભણાવવાની મુશ્કેલી નડતી નથી. ૯૧.૬૦ ટકા કુટુંબોને શાળા દુર હોવાથી મુશ્કેલી નડે છે. તેમજ ૯૧.૬૦ ટકા કુટુંબોને વધુ ખર્ચ થવાથી મુશ્કેલી નડે છે.

૪.૪ ભૌતિક સુવિધા વિષયક માહિતી :

અભ્યાસક્ષેત્રમાંથી પસંદ કરેલા કુટુંબોની ભૌતિક સુવિધાની જાણકારી મેળવવાની જરૂર છે. ઉત્તરદાતાના જીવનધોરણનો આધાર આવક ઉપર રહેલો છે. અને આવકનો આધાર ભૌતિક સુવિધા પર છે. અહીં આદિવાસી કુટુંબોની પસંદગી કરી હોવાથી ભૌતિક સુવિધા એ મહત્ત્વની અસ્કયામતો છે. જેમાં મકાન, ઘરમાં રહેલી સુવિધા, ઘરમાં રહેલી ભૌતિક સુવિધા, ઘરમાં રહેલા વાસણો, પશુપાલન વગેરેની મહત્ત્વની માહિતી નીચે મુજબ આપવામાં આવી છે.

કોષ્ટક નં.૪.૪.૧

મકાન વિષયક માહિતી દર્શાવતું કોષ્ટક

ક્રમ	પસંદ કરેલા કુટુંબો	સંખ્યા	મકાનનો પ્રકાર		કુલ
			કાચું	પાકું	
૧	કુનબી (ટકા)	૬૭ (૧૦૦)	૪૬ (૬૮.૬૬)	૨૧ (૩૧.૩૪)	૬૭
૨	કુંકણા	૧૧	૮	૩	૧૧

		(ટકા)	(૧૦૦)	(૭૨.૭૨)	(૨૭.૨૮)	
૩	કોંકણી (ટકા)	૧૮ (૧૦૦)	૧૭ (૯૪.૪૪)	૧ (૫.૫૬)		૧૮
૪	વારલી (ટકા)	૨૪ (૧૦૦)	૧૭ (૭૦.૮૩)	૭ (૨૯.૧૭)		૨૪
૫	ગામિત (ટકા)	૧૯ (૧૦૦)	૧૩ (૬૮.૪૨)	૬ (૩૧.૫૮)		૧૯
૬	ભીલ (ટકા)	૧૩૧ (૧૦૦)	૯૫ (૭૨.૫૧)	૩૬ (૨૭.૪૯)		૧૩૧
૭	કુલ (ટકા)	૨૭૦ (૧૦૦)	૧૯૬ (૭૨.૬૦)	૭૪ (૨૭.૪૦)		૨૭૦

ટેબલના આધારે વિશ્લેષણ :

કોષ્ટક નં.૪.૪.૧ માં પસંદ કરેલા આદિવાસી કુટુંબોના મકાન વિષયક માહિતી દર્શાવવામાં આવી છે. જેમાં કુલ કુટુંબોમાં સૌથી વધારે પસંદ કરેલા કુટુંબોના મકાન કાચા છે. જે ૭૨.૬૦ ટકા છે. તેમજ પાકું મકાન ધરાવતા કુટુંબોનુ પ્રમાણ ૨૭.૪૦ ટકા છે.

કુનબી જ્ઞાતિના આદિવાસી કુટુંબોમાં ૬૮.૬૬ ટકા કુટુંબોના મકાનો કાચા છે. અને ૩૧.૩૪ ટકા કુટુંબોના મકાનો પાંકા છે.

કુંકણા જ્ઞાતિના આદિવાસી કુટુંબોમાં ૭૨.૭૨ ટકા કુટુંબોના મકાનો કાચા છે. અને ૨૭.૨૮ ટકા કુટુંબોના મકાનો પાંકા છે.

કોંકણી જ્ઞાતિના આદિવાસી કુટુંબોમાં ૯૪.૪૪ ટકા કુટુંબોના મકાનો કાચા છે. અને ૫.૫૬ ટકા કુટુંબોના મકાનો પાંકા છે.

વારલી જ્ઞાતિના આદિવાસી કુટુંબોમાં ૭૦.૮૩ ટકા કુટુંબોના મકાનો કાચા છે. અને ૨૯.૧૭ ટકા કુટુંબોના મકાનો પાંકા છે.

ગામિત જ્ઞાતિના આદિવાસી કુટુંબોમાં ૬૮.૪૨ ટકા કુટુંબોના મકાનો કાચા છે. અને ૩૧.૫૮ ટકા કુટુંબોના મકાનો પાંકા છે.

ભીલ જ્ઞાતિના આદિવાસી કુટુંબોમાં ૭૨.૫૧ ટકા કુટુંબોના મકાનો કાચા છે. અને ૨૭.૪૯ ટકા કુટુંબોના મકાનો પાંકા છે.

કોષ્ટક નં.૪.૪.૨
ઘરમાં રહેલી સુવિધા વિષયક માહિતી દર્શાવતું કોષ્ટક

ક્રમ	પસંદ કરેલા કુટુંબો	સંખ્યા	ઘરમાં રહેલી સુવિધા		
			વીજળી	બાથરૂમ	પાણી યારૂ
૧	કુનબી (ટકા)	૬૭ (૧૦૦)	૬૭ (૧૦૦)	૨૨ (૩૨.૮૩)	૪ (૫.૯૮)
૨	કુંકણા (ટકા)	૧૧ (૧૦૦)	૧૧ (૧૦૦)	૭ (૬૩.૬૩)	--
૩	કોંકણી (ટકા)	૧૮ (૧૦૦)	૧૮ (૧૦૦)	૧૩ (૭૨.૨૨)	૨ (૧૧.૧૧)
૪	વારલી (ટકા)	૨૪ (૧૦૦)	૨૪ (૧૦૦)	૧૫ (૬૨.૫૦)	૪ (૨૬.૬૭)
૫	ગામિત (ટકા)	૧૯ (૧૦૦)	૧૯ (૧૦૦)	૧૧ (૫૭.૯૦)	૩ (૧૫.૭૯)
૬	ભીલ (ટકા)	૧૩૧ (૧૦૦)	૧૩૧ (૧૦૦)	૩૫ (૨૬.૭૧)	૨૮ (૨૧.૩૮)
૭	કુલ (ટકા)	૨૭૦ (૧૦૦)	૨૭૦ (૧૦૦)	૧૦૩ (૩૮.૧૪)	૪૧ (૧૫.૧૯)

ટેબલના આધારે વિશ્લેષણ :

કોષ્ટક નં.૪.૪.૨માં પસંદ કરેલા આદિવાસી કુટુંબોના ઘરમાં રહેલી સુવિધા વિષયક માહિતી દર્શાવવામાં આવી છે. જેમાં કુલ કુટુંબોમાં ૧૦૦ ટકા કુટુંબોમાં વિજળીની સુવિધા ઘરમાં રહેલી છે. તેમજ ૩૮.૧૪ ટકા કુટુંબોમાં બાથરૂમની સુવિધા છે. અને ૧૫.૧૯ ટકા કુટુંબોમાં પાણીયારૂની સુવિધા છે.

કુનબી જ્ઞાતિના આદિવાસી કુટુંબોમાં વિજળીની સુવિધાનું પ્રમાણ ૧૦૦ ટકા જોવા મળે છે. ૩૨.૮૩ ટકા કુટુંબોમાં બાથરૂમની સુવિધા છે. ૫.૯૮ ટકા કુટુંબોમાં પાણીયારૂની સુવિધા છે.

કુંકણા જ્ઞાતિના આદિવાસી કુટુંબોમાં વિજળીની સુવિધાનું પ્રમાણ ૧૦૦ ટકા જોવા મળે છે. ૬૩.૬૩ ટકા કુટુંબોમાં બાથરૂમની સુવિધા છે.

કોંકણી જ્ઞાતિના આદિવાસી કુટુંબોમાં વિજળીની સુવિધાનું પ્રમાણ ૧૦૦ ટકા જોવા મળે છે. ૭૨.૨૨ ટકા કુટુંબોમાં બાથરૂમની સુવિધા છે. ૧૧.૧૧ ટકા કુટુંબોમાં પાણીયારૂની સુવિધા છે.

વારલી જ્ઞાતિના આદિવાસી કુટુંબોમાં વિજળીની સુવિધાનું પ્રમાણ ૧૦૦ ટકા જોવા મળે છે. ૬૨.૫૦ ટકા કુટુંબોમાં બાથરૂમની સુવિધા છે. ૨૬.૬૭ ટકા કુટુંબોમાં પાણીયારૂની સુવિધા છે.

ગામિત જ્ઞાતિના આદિવાસી કુટુંબોમાં વિજળીની સુવિધાનું પ્રમાણ ૧૦૦ ટકા જોવા મળે છે. ૫૭.૯૦ ટકા કુટુંબોમાં બાથરૂમની સુવિધા છે. ૧૫.૭૯ ટકા કુટુંબોમાં પાણીયારૂની સુવિધા છે.

ભીલ જ્ઞાતિના આદિવાસી કુટુંબોમાં વિજળીની સુવિધાનું પ્રમાણ ૧૦૦ ટકા જોવા મળે છે. ૨૬.૭૧ ટકા કુટુંબોમાં બાથરૂમની સુવિધા છે. ૨૧.૩૮ ટકા કુટુંબોમાં પાણીયારૂની સુવિધા છે.

કોષ્ટક નં.૪.૪.૩
ઘરમાં રહેલી ભૌતિક સુવિધા દર્શાવતું કોષ્ટક

ક્રમ	પસંદ કરેલા કુટુંબો	સંખ્યા	ઘરમાં રહેલી ભૌતિક સુવિધા										
			પંખો	ગેસ	ટ્યુબલઈટ/ બલ્બ	પ્રઈમસ	સાયકલ	ટી.વી.	ફ્રિજ	રેડિયો/ ટેપ	દિવાલ ઘડિયાળ	સ્કૂટર મોટર સાઈકલ	ટેલફોન મોબાઈલ
	કુનબી	૬૭	૪૧		૬૭	૫	૧૮	૪૦		૬	૨૫	૨૭	૬૭
૧	(ટકા)	-૧૦૦	-૬૧	--	-૧૦૦	-૭.૫	-૨૬.૯	-૬૦	--	-૮.૯૬	-૩૭.૩	-૪૦.૩	-૧૦૦
	કુંકણા	૧૧	૬		૧૧		૬	૮		૧	૩	૪	૧૧
૨	(ટકા)	-૧૦૦	-૫૫	--	-૧૦૦	--	-૫૪.૫	-૭૩	--	-૯.૧	-૨૭.૩	-૩૬.૪	-૧૦૦
	કોંકણી	૧૮	૪		૧૮		૭	૫		૪	૮	૪	૧૮
૩	(ટકા)	-૧૦૦	-૨૨	--	-૧૦૦	--	-૩૮.૯	-૨૮	--	-૨૨.૨	-૪૪.૪	-૨૨.૨	-૧૦૦
	વારલી	૨૪	૮		૨૪	૧	૧૨	૧૨		૯	૮	૧૦	૨૪
૪	(ટકા)	-૧૦૦	-૩૩	--	-૧૦૦	-૪.૨	-૫૦	-૫૦	--	-૩૭.૫	-૩૩.૩	-૪૧.૭	-૧૦૦
	ગામિત	૧૯	૭		૧૯		૧૦	૫		૨	૫	૪	૧૯
૫	(ટકા)	-૧૦૦	-૩૭	--	-૧૦૦	--	-૫૨.૬	-૨૬	--	-૧૦.૫	-૨૬.૩	-૨૧.૧	-૧૦૦
	ભીલ	૧૩૧	૭૯		૧૩૧		૩૯	૩૫		૧૧	૩૮	૨૩	૧૩૧
૬	(ટકા)	-૧૦૦	-૬૦	--	-૧૦૦	--	-૨૯.૮	-૨૭	--	-૮.૪	-૨૯	-૧૭.૬	-૧૦૦
	કુલ	૨૭૦	૧૪૫		૨૭૦	૬	૯૨	૧૦૫		૩૩	૮૭	૭૨	૨૭૦
૭	(ટકા)	-૧૦૦	-૫૪	--	-૧૦૦	-૨.૨	-૩૪.૧	-૩૯	--	-૧૨.૨	-૩૨.૨	-૨૬.૭	-૧૦૦

ટેબલના આધારે વિશ્લેષણ :

કોષ્ટક નં.૪.૪.૩માં પસંદ કરેલા આદિવાસી કુટુંબોમાં ઘરમાં રહેલી ભૌતિક સુવિધા વિષયક માહિતી દર્શાવવામાં આવી છે. જેમાં કુલ કુટુંબોમાં ૫૩.૭૦ ટકા કુટુંબોમાં પંખાની સુવિધા છે. તેમજ એક પણ કુટુંબમાં ગેસની સુવિધા નથી. ૧૦૦ ટકા કુટુંબોમાં બલ્બ/ટ્યુબલાઈટની સુવિધા છે. ૨.૨૨ ટકા કુટુંબોમાં પ્રાઈમસ છે. ૩૪.૦૭ ટકા કુટુંબોમાં સાયકલની સુવિધા છે. ૩૮.૮૯ ટકા કુટુંબોમાં ટી.વી.ની સુવિધા છે. ફ્રિજ એકપણ કુટુંબમાં જોવા મળતું નથી. ૧૨.૧૨ ટકા કુટુંબોમાં રેડિયો/ટેપની સુવિધા છે. ૩૨.૨૨ ટકા કુટુંબોમાં દિવાલ ઘડિયાળ છે. ૨૬.૬૭ ટકા કુટુંબોમાં સ્કૂટર, મોટરસાઈકલ છે. તેમજ ૧૦૦ ટકા કુટુંબોમાં મોબાઈલ, ટેલિફોનની સુવિધા છે.

કુનબી જ્ઞાતિના આદિવાસી કુટુંબોમાં ૬૧.૨૦ ટકા કુટુંબોમાં પંખાની સુવિધા છે. ૧૦૦ ટકા કુટુંબોમાં બલ્બની સુવિધા છે. ૭.૪૭ ટકા કુટુંબોમાં સાયકલની સુવિધા છે. ૫૯.૭૦ ટકા કુટુંબોમાં ટી.વી.ની સુવિધા છે. ૮.૯૬ ટકા કુટુંબોમાં રેડિયો/ટેપની સુવિધા છે. ૩૭.૩૧ ટકા કુટુંબોમાં દિવાલ ઘડિયાળની સુવિધા છે. ૪૦.૩૦ ટકા કુટુંબોમાં સ્કૂટર, મોટરસાઈકલની સુવિધા છે. તેમજ ટેલિફોન, મોબાઈલ ૧૦૦ ટકા કુટુંબોમાં જોવા મળે છે.

કુંકણા જ્ઞાતિના આદિવાસી કુટુંબોમાં ૫૫.૫૪ ટકા કુટુંબોમાં પંખાની સુવિધા છે. ૧૦૦ ટકા કુટુંબોમાં બલ્બની સુવિધા છે. ૫૪.૫૪ ટકા કુટુંબોમાં સાયકલની સુવિધા છે. ૭૨.૭૨ ટકા કુટુંબોમાં ટી.વી.ની સુવિધા છે. ૯.૧૦ ટકા કુટુંબોમાં રેડિયો/ટેપની સુવિધા છે. ૨૭.૨૭ ટકા કુટુંબોમાં દિવાલ ઘડિયાળની સુવિધા છે. ૩૬.૩૭ ટકા કુટુંબોમાં સ્કૂટર, મોટરસાઈકલની સુવિધા છે. તેમજ ટેલિફોન, મોબાઈલ ૧૦૦ ટકા કુટુંબોમાં જોવા મળે છે.

કોંકણી જ્ઞાતિના આદિવાસી કુટુંબોમાં ૨૨.૨૨ ટકા કુટુંબોમાં પંખાની સુવિધા છે. અને ટ્યુબ લાઈટ કે બલ્બ જેવી સુવિધા ૧૦૦ ટકા કુટુંબોમાં છે. ૩૮.૮૯ ટકા કુટુંબોમાં સાયકલની સુવિધા છે. ૨૭.૭૮ ટકા કુટુંબોમાં ટી.વી.ની સુવિધા છે. ૨૨.૨૨ ટકા કુટુંબોમાં રેડિયો/ટેપની સુવિધા છે. ૪૪.૪૪ ટકા કુટુંબોમાં દિવાલ ઘડિયાળની સુવિધા છે. ૨૨.૨૨ ટકા કુટુંબોમાં સ્કૂટર, મોટરસાઈકલની સુવિધા છે. તેમજ ટેલિફોન, મોબાઈલ ૧૦૦ ટકા કુટુંબોમાં જોવા મળે છે.

વારલી જ્ઞાતિના આદિવાસી કુટુંબોમાં ૩૩.૩૩ ટકા કુટુંબોમાં પંખાની સુવિધા છે. ૧૦૦ ટકા કુટુંબોમાં બલ્બની સુવિધા છે. ૪.૧૭ પ્રાયમસની સુવિધા છે. ૫૦ ટકા

કુટુંબોમાં સાયકલની સુવિધા છે. ૫૦ ટકા કુટુંબોમાં ટી.વી.ની સુવિધા છે. ૩૭.૫૦ ટકા કુટુંબોમાં રેડિયો/ટેપની સુવિધા છે. ૩૩.૩૩ ટકા કુટુંબોમાં દિવાલ ઘડિયાળની સુવિધા છે. ૪૧.૬૭ ટકા કુટુંબોમાં સ્કૂટર, મોટરસાઈકલની સુવિધા છે. તેમજ ટેલિફોન, મોબાઈલ ૧૦૦ ટકા કુટુંબોમાં જોવા મળે છે.

ગામિત જ્ઞાતિના આદિવાસી કુટુંબોમાં ૩૬.૮૪ ટકા કુટુંબોમાં પંખાની સુવિધા છે. ૧૦૦ ટકા કુટુંબોમાં બલ્બની સુવિધા છે. ૫૨.૬૩ ટકા કુટુંબોમાં સાયકલની સુવિધા છે. ૨૬.૩૧ ટકા કુટુંબોમાં ટી.વી.ની સુવિધા છે. ૧૦.૫૨ ટકા કુટુંબોમાં રેડિયો/ટેપની સુવિધા છે. ૨૬.૩૧ ટકા કુટુંબોમાં દિવાલ ઘડિયાળની સુવિધા છે. ૨૧.૦૫ ટકા કુટુંબોમાં સ્કૂટર, મોટરસાઈકલની સુવિધા છે. તેમજ ટેલિફોન, મોબાઈલ ૧૦૦ ટકા કુટુંબોમાં જોવા મળે છે.

ભીલ જ્ઞાતિના આદિવાસી કુટુંબોમાં ૬૦.૩૦ ટકા કુટુંબોમાં પંખાની સુવિધા છે. ૧૦૦ ટકા કુટુંબોમાં બલ્બની સુવિધા છે. ૨૯.૭૮ ટકા કુટુંબોમાં સાયકલની સુવિધા છે. ૨૬.૭૧ ટકા કુટુંબોમાં ટી.વી.ની સુવિધા છે. ૮.૪૦ ટકા કુટુંબોમાં રેડિયો/ટેપની સુવિધા છે. ૨૯.૦૦ ટકા કુટુંબોમાં દિવાલ ઘડિયાળની સુવિધા છે. ૧૭.૫૬ ટકા કુટુંબોમાં સ્કૂટર, મોટરસાઈકલની સુવિધા છે. તેમજ ટેલિફોન, મોબાઈલ ૧૦૦ ટકા કુટુંબોમાં જોવા મળે છે.

કોષ્ટક નં.૪.૪.૪
ઘરમાં રહેલા વાસણોની માહિતી દર્શાવતું કોષ્ટક

ક્રમ	પસંદ કરેલા કુટુંબો	સંખ્યા	વાસણોના નામ (સંખ્યામાં)							કુલ વાસણો	કુટુંબદીઠ સરેરાશ વાસણોની સંખ્યા
			માટીના	કાંસાના	પીત્તળ	એલ્યુ મિનિયમ	સ્ટીલ	પ્લાસ્ટિક	કાચ		
૧	કુનબી (ટકા)	૬૭	૯૨ -૨.૩	૩૫ -૦.૯	૧૨૩ -૩.૧	૩૬૧ -૯.૨	૨૯૪૫ -૭૫	૨૫૭ -૬.૫૪	૧૧૩ -૨.૯	૩૯૨૬ -૧૦૦	૫૮.૬
૨	કુંકણા (ટકા)	૧૧	૨૬ -૩.૬	૩૫ -૪.૯	૪૭ -૬.૫	૫૬ -૭.૭૯	૪૫૪ -૬૩.૧	૯૫ -૧૩	૬ -૦.૮	૭૧૯ -૧૦૦	૬૫.૩૭
૩	કોંકણી (ટકા)	૧૮	૪૨ -૩.૧	૪૨ -૩.૧	૬૩ -૪.૭	૧૧૪ -૮.૪૩	૯૨૮ -૬૮.૭	૮૩ -૬.૧૪	૭૯ -૫.૮	૧૩૫૧ -૧૦૦	૭૫.૦૫
૪	વારલી (ટકા)	૨૪	૪૬ -૩.૫	૨૨ -૧.૭	૫૧ -૩.૯	૧૩૭ -૧૦.૪૭	૮૬૨ -૬૫.૯	૧૨૦ -૯.૧૮	૭૦ -૫.૪	૧૩૦૮ -૧૦૦	૫૪.૫
૫	ગામિત (ટકા)	૧૯	૪૦ -૩.૬	૩૯ -૩.૫	૫૪ -૪.૯	૧૧૦ -૯.૯૨	૭૬૨ -૬૮.૮	૮૩ -૭.૫	૨૦ -૧.૮	૧૧૦૮ -૧૦૦	૫૮.૩૧
૬	ભીલ (ટકા)	૧૩૧	૧૭૬ -૨.૮	૧૫૪ -૨.૪	૨૬૯ -૪.૨	૬૭૩ -૧૦.૫૭	૪૪૮૨ -૭૦.૩	૩૩૧ -૫.૨	૨૮૭ -૪.૫	૬૩૭૨ -૧૦૦	૪૮.૬૪
૭	કુલ (ટકા)	૨૭૦	૪૨૨ -૨.૯	૩૨૭ -૨.૨	૬૦૭ -૪.૧	૧૪૫૧ -૯.૮૧	૧૦૪૩૩ -૭૦.૬	૯૬૯ -૬.૫૬	૫૭૫ -૩.૯	૧૪૭૮૪ -૧૦૦	૫૪.૭૬

ટેબલના આધારે વિશ્લેષણ :

કોષ્ટક નં.૪.૪.૪ માં પસંદ કરેલા આદિવાસી કુટુંબોમાં રહેલા વાસણોની વિગત દર્શાવવામાં આવી છે. જેમા કુલ કુટુંબોમાં કુલ વાસણોની સંખ્યા ૧૪૭૮૪ છે. જેમાં માટીના વાસણોનું પ્રમાણ ૨.૮૬ ટકા છે. કાંસાના વાસણોનું પ્રમાણ ૨.૨૧ ટકા છે. પિત્તળના વાસણોનું પ્રમાણ ૪.૧૦ ટકા છે. એલ્યુમિનિયમ વાસણોનું પ્રમાણ ૯.૮૧ ટકા છે. સ્ટીલના વાસણોનું પ્રમાણ ૭૦.૫૭ ટકા છે. પ્લાસ્ટિકના વાસણોનું પ્રમાણ ૩.૮૯ ટકા છે. તેમજ કુટુંબદીઠ સરેરાશ વાસણોની સંખ્યા ૫૪.૭૬ ટકા છે.

કુનબી જ્ઞાતિના આદિવાસી કુટુંબોમાં કુલ વાસણોની સંખ્યા ૩૯૨૬ છે. જેમાં માટીના વાસણોનું પ્રમાણ ૨.૩૪ ટકા છે. કાંસાના વાસણોનું પ્રમાણ ૦.૯૦ ટકા છે. પીત્તળના વાસણોનું પ્રમાણ ૩.૧૩ ટકા છે. એલ્યુમિનિયમના વાસણોનું પ્રમાણ ૯.૨૦ ટકા છે. સ્ટીલના વાસણોનું પ્રમાણ ૭૫.૦૧ ટકા છે. પ્લાસ્ટિકના વાસણોનું પ્રમાણ ૬.૫૪ ટકા છે. કાચના વાસણોનું પ્રમાણ ૨.૮૮ ટકા છે. તેમજ કુટુંબદીઠ સરેરાશ વાસણોની સંખ્યા ૫૮.૬૦ ટકા છે.

કુંકણા જ્ઞાતિના આદિવાસી કુટુંબોમાં કુલ વાસણોની સંખ્યા ૭૧૯ છે. જેમાં માટીના વાસણોનું પ્રમાણ ૩.૬૧ ટકા છે. કાંસાના વાસણોનું પ્રમાણ ૪.૮૭ ટકા છે. પીત્તળના વાસણોનું પ્રમાણ ૬.૫૩ ટકા છે. એલ્યુમિનિયમના વાસણોનું પ્રમાણ ૭.૭૯ ટકા છે. સ્ટીલના વાસણોનું પ્રમાણ ૬૩.૧૪ ટકા છે. પ્લાસ્ટિકના વાસણોનું પ્રમાણ ૧૩.૦૧ ટકા છે. કાચના વાસણોનું પ્રમાણ ૦.૮૩ ટકા છે. તેમજ કુટુંબદીઠ સરેરાશ વાસણોની સંખ્યા ૬૫.૩૭ ટકા છે.

કોંકણી જ્ઞાતિના આદિવાસી કુટુંબોમાં કુલ વાસણોની સંખ્યા ૧૩૫૧ છે. જેમાં માટીના વાસણોનું પ્રમાણ ૩.૧૦ ટકા છે. કાંસાના વાસણોનું પ્રમાણ ૩.૧૦ ટકા છે. પીત્તળના વાસણોનું પ્રમાણ ૪.૬૭ ટકા છે. એલ્યુમિનિયમના વાસણોનું પ્રમાણ ૮.૪૩ ટકા છે. સ્ટીલના વાસણોનું પ્રમાણ ૬૮.૬૯ ટકા છે. પ્લાસ્ટિકના વાસણોનું પ્રમાણ ૬.૧૪ ટકા છે. કાચના વાસણોનું પ્રમાણ ૫.૮૪ ટકા છે. તેમજ કુટુંબદીઠ સરેરાશ વાસણોની સંખ્યા ૭૫.૦૫ ટકા છે.

વારલી જ્ઞાતિના આદિવાસી કુટુંબોમાં કુલ વાસણોની સંખ્યા ૧૩૦૮ છે. જેમાં માટીના વાસણોનું પ્રમાણ ૩.૫૧ ટકા છે. કાંસાના વાસણોનું પ્રમાણ ૧.૬૯ ટકા છે. પીત્તળના વાસણોનું પ્રમાણ ૩.૯૦ ટકા છે. એલ્યુમિનિયમના વાસણોનું પ્રમાણ ૧૦.૪૭ ટકા છે. સ્ટીલના વાસણોનું પ્રમાણ ૬૫.૯૦ ટકા છે. પ્લાસ્ટિકના વાસણોનું પ્રમાણ

૯.૧૮ ટકા છે. કાચના વાસણોનું પ્રમાણ ૫.૩૫ ટકા છે. તેમજ કુટુંબદીઠ સરેરાશ વાસણોની સંખ્યા ૫૪.૫૦ ટકા છે.

ગામિત જ્ઞાતિના આદિવાસી કુટુંબોમાં કુલ વાસણોની સંખ્યા ૧૧૦૮ છે. જેમાં માટીના વાસણોનું પ્રમાણ ૩.૬૧ ટકા છે. કાંસાના વાસણોનું પ્રમાણ ૩.૫૧ ટકા છે. પીત્તળના વાસણોનું પ્રમાણ ૪.૮૭ ટકા છે. એલ્યુમિનિયમના વાસણોનું પ્રમાણ ૯.૯૨ ટકા છે. સ્ટીલના વાસણોનું પ્રમાણ ૬૮.૭૯ ટકા છે. પ્લાસ્ટિકના વાસણોનું પ્રમાણ ૭.૫૦ ટકા છે. કાચના વાસણોનું પ્રમાણ ૧.૮૦ ટકા છે. તેમજ કુટુંબદીઠ સરેરાશ વાસણોની સંખ્યા ૫૮.૩૧ ટકા છે.

ભીલ જ્ઞાતિના આદિવાસી કુટુંબોમાં કુલ વાસણોની સંખ્યા ૬૩૭૨ છે. જેમાં માટીના વાસણોનું પ્રમાણ ૨.૭૭ ટકા છે. કાંસાના વાસણોનું પ્રમાણ ૨.૪૧ ટકા છે. પીત્તળના વાસણોનું પ્રમાણ ૪.૨૨ ટકા છે. એલ્યુમિનિયમના વાસણોનું પ્રમાણ ૧૦.૫૭ ટકા છે. સ્ટીલના વાસણોનું પ્રમાણ ૭૦.૩૩ ટકા છે. પ્લાસ્ટિકના વાસણોનું પ્રમાણ ૫.૨૦ ટકા છે. કાચના વાસણોનું પ્રમાણ ૪.૫૦ ટકા છે. તેમજ કુટુંબદીઠ સરેરાશ વાસણોની સંખ્યા ૪૮.૬૪ ટકા છે.

કોષ્ટક નં.૪.૪.૫

ઘરમાં રહેલી ભૌતિક સુવિધાની સ્થિતિ દર્શાવતુ કોષ્ટક

ક્રમ	પસંદ કરેલા કુટુંબો	સંખ્યા	ભૌતિક સુવિધાની સ્થિતિ			કુલ
			વધી રહી છે	ઘટી રહી છે.	કોઈ ફેરફાર નથી	
૧	કુનબી (ટકા)	૬૭ (૧૦૦)	૩૭ (૫૫.૨૨)	૧૫ (૨૨.૩૯)	૧૫ (૨૨.૩૯)	૬૭
૨	કુંકણા (ટકા)	૧૧ (૧૦૦)	૬ (૫૪.૫૪)	---	૫ (૪૫.૪૬)	૧૧
૩	કોંકણી (ટકા)	૧૮ (૧૦૦)	૧૬ (૮૮.૮૯)	--	૨ (૧૧.૧૧)	૧૮
૪	વારલી (ટકા)	૨૪ (૧૦૦)	૧૩ (૫૪.૧૭)	૬ (૨૫)	૫ (૨૦.૮૩)	૨૪
૫	ગામિત (ટકા)	૧૯ (૧૦૦)	૧૧ (૫૭.૯૦)	--	૮ (૪૨.૧૦)	૧૯

૬	ભીલ (ટકા)	૧૩૧ (૧૦૦)	૯૨ (૭૦.૨૨)	૧૩ (૯.૯૨)	૨૬ (૧૯.૮૪)	૧૩૧
૭	કુલ (ટકા)	૨૭૦ (૧૦૦)	૧૭૫ (૬૪.૮૧)	૩૪ (૧૨.૬૦)	૬૧ (૨૨.૫૯)	૨૭૦

ટેબલના આધારે વિશ્લેષણ :

કોષ્ટક નં.૪.૪.૫ માં પસંદ કરેલા આદિવાસી કુટુંબોમાં ઘરમાં રહેલી ભૌતિક સુવિધાની સ્થિતિ દર્શાવવામાં આવી છે. જેમાં કુલ કુટુંબોમાંથી સૌથી વધારે કુટુંબોમાં ભૌતિક સુવિધાની સ્થિતિમાં વધારો થયો છે. જે ૬૪.૮૧ ટકા છે. ૧૨.૬૦ ટકા કુટુંબોમાં ભૌતિક સુવિધાની સ્થિતિમાં ઘટાડો થઈ રહ્યો છે. ૨૨.૫૯ ટકા કુટુંબોમાં ભૌતિક સુવિધાની સ્થિતિમાં કોઈ ફેરફાર થયો નથી.

કુનબી જ્ઞાતિના આદિવાસી કુટુંબોમાં ૫૫.૨૨ ટકા કુટુંબોમાં ભૌતિક સુવિધાની સ્થિતિમાં વધારો થયો છે. તેમજ ૨૨.૩૯ ટકા કુટુંબોમાં ભૌતિક સુવિધાની સ્થિતિમાં કોઈ ફેરફાર થયો નથી.

કુંકણા જ્ઞાતિના આદિવાસી કુટુંબોમાં ૫૪.૫૪ ટકા કુટુંબોમાં ભૌતિક સુવિધાની સ્થિતિમાં વધારો થયો છે. તેમજ ૪૫.૪૬ ટકા કુટુંબોમાં ભૌતિક સુવિધાની સ્થિતિમાં કોઈ ફેરફાર થયો નથી.

કોંકણી જ્ઞાતિના આદિવાસી કુટુંબોમાં ૮૮.૮૯ ટકા કુટુંબોમાં ભૌતિક સુવિધાની સ્થિતિમાં વધારો થયો છે. તેમજ ૧૧.૧૧ ટકા કુટુંબોમાં ભૌતિક સુવિધાની સ્થિતિમાં કોઈ ફેરફાર થયો નથી.

વારલી જ્ઞાતિના આદિવાસી કુટુંબોમાં ૫૪.૧૭ ટકા કુટુંબોમાં ભૌતિક સુવિધાની સ્થિતિમાં વધારો થયો છે. જ્યારે ૨૫ ટકા કુટુંબોની ભૌતિક સ્થિતિમાં ઘટાડો થયો છે. તેમજ ૨૦.૮૩ ટકા કુટુંબોમાં ભૌતિક સુવિધાની સ્થિતિમાં કોઈ ફેરફાર થયો નથી.

ગામિત જ્ઞાતિના આદિવાસી કુટુંબોમાં ૫૭.૯૦ ટકા કુટુંબોમાં ભૌતિક સુવિધાની સ્થિતિમાં વધારો થયો છે. તેમજ ૪૨.૧૦ ટકા કુટુંબોમાં ભૌતિક સુવિધાની સ્થિતિમાં કોઈ ફેરફાર થયો નથી.

ભીલ જ્ઞાતિના આદિવાસી કુટુંબોમાં ૭૦.૨૨ ટકા કુટુંબોમાં ભૌતિક સુવિધાની સ્થિતિમાં વધારો થયો છે. અને ૯.૯૨ ટકા કુટુંબોમાં ભૌતિક સુવિધાની સ્થિતિમાં ઘટાડો

થયો છે. તેમજ ૧૯.૮૪ ટકા કુટુંબોમાં ભૌતિક સુવિધાની સ્થિતિમાં કોઈ ફેરફાર થયો નથી.

કોષ્ટક નં.૪.૪.૬

પશુપાલન વિષયક માહિતી દર્શાવતું કોષ્ટક

ક્રમ	પસંદ કરેલા કુટુંબો	સંખ્યા	પશુના નામ (સંખ્યામાં)							કુલ	કુટુંબદીઠ સરેરાશ પશુપાલનની સંખ્યા
			ગાય	ભેંસ	બકરાં	મરઘા	બળદ	પાડાં	અન્ય		
	કુનબી		૮૪	૫૩	૨૧૧	૬૯૨	૩૨	૧૧૮	૯	૧૧૯૯	
૧	(ટકા)	૬૭	-૭	-૪.૪	-૧૮	-૫૮	-૨.૭	-૯.૮	-૦.૮	-૧૦૦	૧૭.૯
	કુંકણા		૧૦	૧૧	૧૦	૭૦		૨૪	૧	૧૨૬	
૨	(ટકા)	૧૧	-૭.૯	-૮.૭	-૭.૯	-૫૬	--	-૧૯	-૦.૮	-૧૦૦	૧૧.૪૬
	કોંકણી		૩૧	૩૫	૧૩૭	૨૧૭	૧૮	૨૪	૬	૪૬૮	
૩	(ટકા)	૧૮	-૬.૬	-૭.૫	-૨૯	-૪૬	-૩.૮	-૫.૧	-૧.૩	-૧૦૦	૨૬
	વારલી		૩૩	૨૬	૧૦૭	૨૫૧	૮	૪૩	૪	૪૭૨	
૪	(ટકા)	૨૪	-૭	-૫.૫	-૨૩	-૫૩	-૧.૭	-૯.૧	-૦.૮	-૧૦૦	૧૯.૬૭
	ગામિત		૧૯	૧૯	૨૩	૯૪	૨૧	૨૬	૩	૨૦૫	
૫	(ટકા)	૧૯	-૯.૩	-૯.૩	-૧૧	-૪૬	-૧૦	-૧૩	-૧.૫	-૧૦૦	૧૦.૭૮
	ભીલ		૪૦૮	૨૫૨	૮૬૭	૧૩૮૫	૫૨	૨૨૨	૧૩	૩૧૯૯	
૬	(ટકા)	૧૩૧	-૧૩	-૭.૯	-૨૭	-૪૩	-૧.૬	-૬.૯	-૦.૪	-૧૦૦	૨૪.૪૧
	કુલ		૫૮૫	૩૯૬	૧૩૫૫	૨૭૦૯	૧૩૧	૪૫૭	૩૬	૫૬૬૯	
૭	(ટકા)	૨૭૦	-૧૦	-૭	-૨૪	-૪૮	-૨.૩	-૮.૧	-૦.૬	-૧૦૦	૨૦.૯૯

ટેબલના આધારે વિશ્લેષણ :

કોષ્ટક નં.૪.૪.૬માં પસંદ કરેલા આદિવાસી કુટુંબોમાં પશુપાલનની માહિતી દર્શાવવામાં આવી છે. જેમા કુલ કુટુંબોમાં પશુપાલનની સંખ્યા ૫૬૬૯ છે. જેમાં ગાયોનું પ્રમાણ ૧૦.૩૨ ટકા છે. ભેંસનું પ્રમાણ ૬.૯૯ ટકા છે. બકરાંનું પ્રમાણ ૨૩.૯૦ ટકા છે. મરઘાનું પ્રમાણ ૪૭.૭૮ ટકા છે. બળદનું પ્રમાણ ૨.૩૧ ટકા છે. પાડાનું પ્રમાણ ૮.૦૭ ટકા છે. અન્ય પશુઓનું પ્રમાણ ૦.૬૩ ટકા છે. તેમજ કુટુંબદીઠ સરેરાશ પશુપાલનની સંખ્યા ૨૦.૯૯ ટકા છે.

કુનબી જ્ઞાતિના આદિવાસી કુટુંબોમાં કુલ પશુપાલનની સંખ્યા ૧૧૯૯ છે. જેમાં ગાયોનું પ્રમાણ ૭.૦૦ ટકા છે. ભેંસનું પ્રમાણ ૪.૪૩ ટકા છે. બકરાંનું પ્રમાણ ૧૭.૬૦ ટકા છે. મરઘાંનું પ્રમાણ ૫૭.૭૧ ટકા છે. બળદનું પ્રમાણ ૨.૬૮ ટકા છે. પાડાનું પ્રમાણ ૯.૮૪ ટકા છે. અન્ય પશુઓનું પ્રમાણ ૦.૭૬ ટકા છે. તેમજ કુટુંબદીઠ સરેરાશ પશુઓની સંખ્યા ૧૭.૯૦ ટકા છે.

કુંકણા જ્ઞાતિના આદિવાસી કુટુંબોમાં કુલ પશુપાલનની સંખ્યા ૧૨૬ છે. જેમાં ગાયોનું પ્રમાણ ૭.૯૩ ટકા છે. ભેંસનું પ્રમાણ ૮.૭૩ ટકા છે. બકરાંનું પ્રમાણ ૭.૯૩ ટકા છે. મરઘાંનું પ્રમાણ ૫૫.૫૬ ટકા છે. પાડાનું પ્રમાણ ૧૯.૦૪ ટકા છે. અન્ય પશુઓનું પ્રમાણ ૦.૮૧ ટકા છે. તેમજ કુટુંબદીઠ સરેરાશ પશુઓની સંખ્યા ૧૧.૪૬ ટકા છે.

કોંકણી જ્ઞાતિના આદિવાસી કુટુંબોમાં કુલ પશુપાલનની સંખ્યા ૪૬૮ છે. જેમાં ગાયોનું પ્રમાણ ૬.૬૨ ટકા છે. ભેંસનું પ્રમાણ ૭.૪૮ ટકા છે. મરઘાંનું પ્રમાણ ૪૬.૩૭ ટકા છે. બળદનું પ્રમાણ ૩.૮૪ ટકા છે. પાડાનું પ્રમાણ ૫.૧૨ ટકા છે. અન્ય પશુઓનું પ્રમાણ ૧.૨૯ ટકા છે. તેમજ કુટુંબદીઠ સરેરાશ પશુઓની સંખ્યા ૨૬ ટકા છે.

વારલી જ્ઞાતિના આદિવાસી કુટુંબોમાં કુલ પશુપાલનની સંખ્યા ૪૭૨ છે. જેમાં ગાયોનું પ્રમાણ ૬.૯૯ ટકા છે. ભેંસનું પ્રમાણ ૫.૫૦ ટકા છે. બકરાંનું પ્રમાણ ૨૨.૬૬ ટકા છે. મરઘાંનું પ્રમાણ ૫૩.૧૭ ટકા છે. બળદનું પ્રમાણ ૧.૬૯ ટકા છે. પાડાનું પ્રમાણ ૯.૧૧ ટકા છે. અન્ય પશુઓનું પ્રમાણ ૦.૮૪ ટકા છે. તેમજ કુટુંબદીઠ સરેરાશ પશુઓની સંખ્યા ૧૯.૬૭ ટકા છે.

ગામિત જ્ઞાતિના આદિવાસી કુટુંબોમાં કુલ પશુઓની સંખ્યા ૨૦૫ છે. જેમાં ગાયોનું પ્રમાણ ૯.૨૭ ટકા છે. ભેંસનું પ્રમાણ ૯.૨૭ ટકા છે. બકરાંનું પ્રમાણ ૧૧.૨૧ ટકા છે. મરઘાંનું પ્રમાણ ૪૫.૮૬ ટકા છે. બળદનું પ્રમાણ ૧૦.૨૪ ટકા છે. પાડાનું પ્રમાણ ૧૨.૬૯ ટકા છે. અન્ય પશુઓનું પ્રમાણ ૧.૪૬ ટકા છે. તેમજ કુટુંબદીઠ સરેરાશ પશુઓની સંખ્યા ૧૦.૭૮ ટકા છે.

ભીલ જ્ઞાતિના આદિવાસી કુટુંબોમાં કુલ પશુઓની સંખ્યા ૩૧૯૯ છે. જેમાં ગાયોનું પ્રમાણ ૧૨.૭૫ ટકા છે. ભેંસનું પ્રમાણ ૭.૮૭ ટકા છે. બકરાંનું પ્રમાણ ૨૭.૧૦ ટકા છે. મરઘાંનું પ્રમાણ ૪૩.૨૯ ટકા છે. બળદનું પ્રમાણ ૧.૬૨ ટકા છે.

પાડાનું પ્રમાણ ૬.૯૩ ટકા છે. અન્ય પશુઓનું પ્રમાણ ૦.૪૦ ટકા છે. તેમજ કુટુંબદીઠ સરેરાશ પશુઓની સંખ્યા ૨૪.૪૧ ટકા છે.

૪.૫ જાતિગત સમાનતા વિષયક માહિતી :

ડાંગ જિલ્લાના પસંદ કરેલા ગામડાંઓમાં આદિવાસી કુટુંબો જાતિગત સમાનતા અંગે કેવું વલણ ધરાવે છે. તે અંગેની વિગત અહીં આપવામાં આવી છે. જેમાં આદિવાસી કુટુંબોમાં જન્મનું મહત્ત્વ, સ્ત્રીનું સ્થાન, કુટુંબમાં આગળ પડતાં, ઘરની સૌથી વધુ જવાબદારી, આદિવાસી કુટુંબોમાં શિક્ષણ પર ભાર વગેરેની માહિતી નીચે મુજબ દર્શાવવામાં આવી છે.

કોષ્ટક નં.૪.૫.૧

આદિવાસી કુટુંબોમાં જન્મનું મહત્ત્વ દર્શાવતુ કોષ્ટક

ક્રમ	પસંદ કરેલા કુટુંબો	સંખ્યા	પુત્ર	પુત્રી	બંને	કુલ
૧	કુનબી (ટકા)	૬૭ (૧૦૦)	--	--	૬૭ (૧૦૦)	૬૭
૨	કુંકણા (ટકા)	૧૧ (૧૦૦)	--	--	૧૧ (૧૦૦)	૧૧
૩	કોંકણી (ટકા)	૧૮ (૧૦૦)	--	--	૧૮ (૧૦૦)	૧૮
૪	વારલી (ટકા)	૨૪ (૧૦૦)	--	--	૨૪ (૧૦૦)	૨૪
૫	ગામિત (ટકા)	૧૯ (૧૦૦)	--	--	૧૯ (૧૦૦)	૧૯
૬	ભીલ (ટકા)	૧૩૧ (૧૦૦)	--	--	૧૩૧ (૧૦૦)	૧૩૧
૭	કુલ (ટકા)	૨૭૦ (૧૦૦)	--	--	૨૭૦ (૧૦૦)	૨૭૦

ટેબલના આધારે વિશ્લેષણ :

કોષ્ટક નં.૪.૫.૧માં પસંદ કરેલા આદિવાસી કુટુંબોમાં કોના જન્મને વધારે મહત્ત્વા આપે છે તે અંગેની વિગત દર્શાવવામાં આવી છે. જેમાં પસંદ કરેલા બધા જ કુટુંબો પુત્ર અને પુત્રી બંનેના જન્મને સરખુ જ માન આપે છે. જેનું પ્રમાણ ૧૦૦ ટકા છે.

કોષ્ટક નં.૪.૫.૨

આદિવાસી કુટુંબોમાં સ્ત્રીનું સ્થાન દર્શાવતું કોષ્ટક

ક્રમ	પસંદ કરેલા કુટુંબો	સંખ્યા	કુટુંબમાં સ્ત્રીનું સ્થાન			કુલ
			ઉચ્ચ	નીચું	સમાન	
૧	કુનબી (ટકા)	૬૭ (૧૦૦)	--	--	૬૭ (૧૦૦)	૬૭
૨	કુંકણા (ટકા)	૧૧ (૧૦૦)	--	--	૧૧ (૧૦૦)	૧૧
૩	કોંકણી (ટકા)	૧૮ (૧૦૦)	--	--	૧૮ (૧૦૦)	૧૮
૪	વારલી (ટકા)	૨૪ (૧૦૦)	--	--	૨૪ (૧૦૦)	૨૪
૫	ગામિત (ટકા)	૧૯ (૧૦૦)	--	--	૧૯ (૧૦૦)	૧૯
૬	ભીલ (ટકા)	૧૩૧ (૧૦૦)	--	--	૧૩૧ (૧૦૦)	૧૩૧
૭	કુલ (ટકા)	૨૭૦ (૧૦૦)	--	--	૨૭૦ (૧૦૦)	૨૭૦

ટેબલના આધારે વિશ્લેષણ :

કોષ્ટક નં.૪.૫.૨માં પસંદ કરેલા આદિવાસી કુટુંબોમાં સ્ત્રીનું સ્થાન કેવું છે તે દર્શાવવામાં આવ્યું છે. જેમાં પસંદ કરેલા બધા જ કુટુંબોમાં સ્ત્રીને સમાન ગણાવમાં આવે છે. જેનું પ્રમાણ ૧૦૦ ટકા છે.

કોષ્ટક નં.૪.૫.૩
આદિવાસી કુટુંબોમાં આગળ પડતા સભ્ય વિષયક માહિતી દર્શાવતું કોષ્ટક

ક્રમ	પસંદ કરેલા કુટુંબો	સંખ્યા	આદિવાસી કુટુંબમાં આગળ પડતા			કુલ
			સ્ત્રી	પુરૂષ	બંને	
૧	કુનબી (ટકા)	૬૭ (૧૦૦)	૭ (૧૦.૪૫)	૫૧ (૭૬.૧૧)	૯ (૧૩.૪૪)	૬૭
૨	કુંકણા (ટકા)	૧૧ (૧૦૦)	૧ (૯.૧૦)	૫ (૪૫.૪૫)	૫ (૪૫.૪૫)	૧૧
૩	કોંકણી (ટકા)	૧૮ (૧૦૦)	૪ (૨૨.૨૨)	૧૧ (૬૧.૧૧)	૩ (૧૬.૬૭)	૧૮
૪	વારલી (ટકા)	૨૪ (૧૦૦)	૩ (૧૨.૫૦)	૧૪ (૫૮.૩૩)	૭ (૨૯.૧૭)	૨૪
૫	ગામિત (ટકા)	૧૯ (૧૦૦)	૧ (૫.૨૭)	૧૮ (૯૪.૭૩)	--	૧૯
૬	ભીલ (ટકા)	૧૩૧ (૧૦૦)	૭ (૫.૩૪)	૮૧ (૬૧.૮૩)	૪૩ (૩૨.૮૩)	૧૩૧
૭	કુલ (ટકા)	૨૭૦ (૧૦૦)	૨૩ (૮.૫૧)	૧૮૦ (૬૬.૬૭)	૬૭ (૨૪.૮૨)	૨૭૦

ટેબલના આધારે વિશ્લેષણ :

કોષ્ટક નં.૪.૫.૩ માં પસંદ કરેલા આદિવાસી કુટુંબોમાં આગળ પડતાં સભ્ય વિષયક માહિતી દર્શાવવામાં આવી છે. જેમા કુલ કુટુંબોમાંથી સૌથી વધારે આગળ પડતાં સભ્ય પુરૂષો છે. જે ૬૬.૬૭ ટકા છે. તેમજ કુટુંબમાં આગળ પડતાં સ્ત્રી અને પુરૂષ બંને સભ્યનું પ્રમાણ ૨૪.૮૨ ટકા છે. અને કુટુંબમાં આગળ પડતા સ્ત્રી સભ્યનું પ્રમાણ ૮.૫૧ ટકા છે.

કુનબી જ્ઞાતિના આદિવાસી કુટુંબોમાં સૌથી વધારે આગળ પડતા સભ્યો પુરૂષો છે. જે ૭૬.૧૧ ટકા છે. આગળ પડતા સ્ત્રી સભ્યોનું પ્રમાણ ૧૦.૪૫ ટકા છે. તેમજ કુટુંબમાં આગળ પડતા બંને સભ્યોનું પ્રમાણ ૧૩.૪૪ ટકા છે.

કુંકણા જ્ઞાતિના આદિવાસી કુટુંબોમાં સૌથી વધારે આગળ પડતા સભ્યો પુરૂષો અને સ્ત્રી બંને છે. જે અનુક્રમે તેનું પ્રમાણ પુરૂષો ૪૫.૪૫ ટકા અને સ્ત્રીઓ ૪૫.૪૫ છે. તેમજ કુટુંબમાં આગળ પડતા સ્ત્રી સભ્યોનું પ્રમાણ ૯.૧૦ ટકા છે.

કોંકણી જ્ઞાતિના આદિવાસી કુટુંબોમાં સૌથી વધારે આગળ પડતા સભ્યો પુરૂષો છે. જે ૬૧.૧૧ ટકા છે. આગળ પડતા સ્ત્રી સભ્યોનું પ્રમાણ ૨૨.૨૨ ટકા છે. તેમજ કુટુંબમાં આગળ પડતા બંને સભ્યોનું પ્રમાણ ૧૬.૬૭ ટકા છે.

વારલી જ્ઞાતિના આદિવાસી કુટુંબોમાં સૌથી વધારે આગળ પડતા સભ્યો પુરૂષો છે. જે ૫૮.૩૩ ટકા છે. આગળ પડતા સ્ત્રી સભ્યોનું પ્રમાણ ૧૨.૫૦ ટકા છે. તેમજ કુટુંબમાં આગળ પડતા બંને સભ્યોનું પ્રમાણ ૨૯.૧૭ ટકા છે.

ગામિત જ્ઞાતિના આદિવાસી કુટુંબોમાં સૌથી વધારે આગળ પડતા સભ્યો પુરૂષો છે. જે ૯૪.૭૩ ટકા છે. આગળ પડતા સ્ત્રી સભ્યોનું પ્રમાણ ૫.૨૭ ટકા છે.

ભીલ જ્ઞાતિના આદિવાસી કુટુંબોમાં સૌથી વધારે આગળ પડતા સભ્યો પુરૂષો છે. જે ૬૧.૮૩ ટકા છે. આગળ પડતા સ્ત્રી સભ્યોનું પ્રમાણ ૫.૩૪ ટકા છે. તેમજ કુટુંબમાં આગળ પડતા બંને સભ્યોનું પ્રમાણ ૩૨.૮૩ ટકા છે.

કોષ્ટક નં.૪.૫.૪

આદિવાસી કુટુંબોમાં જવાબદારી દર્શાવતું કોષ્ટક

ક્રમ	પસંદ કરેલા કુટુંબો	સંખ્યા	ઘરની જવાબદારી				કુલ
			સ્ત્રી	પુરૂષ	બંને	અન્ય	
૧	કુનબી (ટકા)	૬૭ (૧૦૦)	૪ (૫.૯૮)	૫૬ (૮૩.૫૮)	૭ (૧૦.૪૪)	---	૬૭
૨	કુંકણા (ટકા)	૧૧ (૧૦૦)	---	૧૧ (૧૦૦)	---	---	૧૧
૩	કોંકણી (ટકા)	૧૮ (૧૦૦)	---	૧૩ (૭૨.૨૨)	૩ (૧૬.૬૭)	૨ (૧૧.૧૧)	૧૮
૪	વારલી (ટકા)	૨૪ (૧૦૦)	---	૧૪ (૫૮.૩૩)	૭ (૨૯.૧૭)	૩ (૧૨.૫૦)	૨૪
૫	ગામિત (ટકા)	૧૯ (૧૦૦)	---	૧૯ (૧૦૦)	---	---	૧૯
૬	ભીલ (ટકા)	૧૩૧ (૧૦૦)	---	૭૯ (૬૦.૩૦)	૪૩ (૩૨.૮૨)	૯ (૬.૮૮)	૧૩૧
૭	કુલ (ટકા)	૨૭૦ (૧૦૦)	૪ (૧.૪૯)	૧૯૨ (૭૧.૧૧)	૬૦ (૨૨.૨૨)	૧૪ (૫.૧૮)	૨૭૦

ટેબલના આધારે વિશ્લેષણ :

કોષ્ટક નં.૪.૫.૪માં પસંદ કરેલા આદિવાસી કુટુંબોમાં ઘરની જવાબદારી વિષયક માહિતી દર્શાવવામાં આવી છે. જેમાં કુલ કુટુંબોમાંથી સૌથી વધારે ઘરની જવાબદારી પુરૂષોની છે. જે ૭૧.૧૧ ટકા છે. ઘરની જવાબદારીમાં સ્ત્રીઓનું પ્રમાણ ૧.૪૯ ટકા છે. ઘરની જવાબદારીમાં બંને સભ્યોનું પ્રમાણ ૨૨.૨૨ ટકા છે. તેમજ ઘરની જવાબદારીમાં અન્ય સભ્યોનું પ્રમાણ ૫.૧૮ ટકા છે.

કુનબી જ્ઞાતિના આદિવાસી કુટુંબોમાં સૌથી વધારે ઘરની જવાબદારી પુરૂષો સંભાળે છે. જેનું પ્રમાણ ૮૩.૫૮ ટકા છે. ઘરની જવાબદારી સંભાળતા હોય એવી સ્ત્રી સભ્યોનું પ્રમાણ ૫.૯૮ ટકા છે. તેમજ ઘરની જવાબદારી બંને સભ્યો સંભાળતા હોય તેનું પ્રમાણ ૧૦.૪૪ ટકા છે.

કુંકણા જ્ઞાતિના આદિવાસી કુટુંબોમાં ઘરની જવાબદારી પુરૂષો જ સંભાળે છે. જેનું પ્રમાણ ૧૦૦ ટકા છે.

કોંકણી જ્ઞાતિના આદિવાસી કુટુંબોમાં સૌથી વધારે ઘરની જવાબદારી પુરૂષો સંભાળે છે. જેનું પ્રમાણ ૭૨.૨૨ ટકા છે. ઘરની જવાબદારી સંભાળતા બંને સભ્યો સંભાળતા હોય તેવા કુટુંબોનું પ્રમાણ ૧૬.૬૭ ટકા છે. તેમજ ઘરની જવાબદારી અન્ય સભ્યો સંભાળતા હોય તેનું પ્રમાણ ૧૧.૧૧ ટકા છે.

વારલી જ્ઞાતિના આદિવાસી કુટુંબોમાં સૌથી વધારે ઘરની જવાબદારી પુરૂષો સંભાળે છે. જેનું પ્રમાણ ૫૮.૩૩ ટકા છે. ઘરની જવાબદારી સંભાળતા બંને સભ્યો સંભાળતા હોય તેવા કુટુંબોનું પ્રમાણ ૨૯.૧૭ ટકા છે. તેમજ ઘરની જવાબદારી અન્ય સભ્યો સંભાળતા હોય તેનું પ્રમાણ ૧૨.૫૦ ટકા છે.

ગામિત જ્ઞાતિના આદિવાસી કુટુંબોમાં ઘરની જવાબદારી પુરૂષો સંભાળે છે. જેનું પ્રમાણ ૧૦૦ ટકા છે.

ભીલ જ્ઞાતિના આદિવાસી કુટુંબોમાં સૌથી વધારે ઘરની જવાબદારી પુરૂષો સંભાળે છે. જેનું પ્રમાણ ૬૦.૩૦ ટકા છે. ઘરની જવાબદારી સંભાળતા બંને સભ્યો સંભાળતા હોય તેવા કુટુંબોનું પ્રમાણ ૩૨.૮૨ ટકા છે. તેમજ ઘરની જવાબદારી અન્ય સભ્યો સંભાળતા હોય તેનું પ્રમાણ ૬.૮૮ ટકા છે.

કોષ્ટક નં.૪.૫.૫

આદિવાસી કુટુંબોમાં શિક્ષણ પર ભાર વિષયક માહિતી દર્શાવતું કોષ્ટક

ક્રમ	પસંદ કરેલા કુટુંબો	સંખ્યા	કોણ શિક્ષણ પર ભાર મૂકે છે?			કુલ
			સ્ત્રી	પુરૂષ	બંને	
૧	કુનબી (ટકા)	૬૭ (૧૦૦)	--	--	૬૭ (૧૦૦)	૬૭
૨	કુંકણા (ટકા)	૧૧ (૧૦૦)	--	--	૧૧ (૧૦૦)	૧૧
૩	કોંકણી (ટકા)	૧૮ (૧૦૦)	--	--	૧૮ (૧૦૦)	૧૮
૪	વારલી (ટકા)	૨૪ (૧૦૦)	--	--	૨૪ (૧૦૦)	૨૪
૫	ગામિત (ટકા)	૧૯ (૧૦૦)	--	--	૧૯ (૧૦૦)	૧૯
૬	ભીલ (ટકા)	૧૩૧ (૧૦૦)	--	--	૧૩૧ (૧૦૦)	૧૩૧
૭	કુલ (ટકા)	૨૭૦ (૧૦૦)	--	--	૨૭૦ (૧૦૦)	૨૭૦

ટેબલના આધારે વિશ્લેષણ :

કોષ્ટક નં.૪.૫.૫ માં પસંદ કરેલા આદિવાસી કુટુંબમાં કોણ શિક્ષણ પર વધુ ભાર મુકે છે. તે વિશેની માહિતી દર્શાવવામાં આવી છે. જેમાં પસંદ કરેલા બધા જ કુટુંબો સ્ત્રી અને પુરૂષ બંને શિક્ષણ પર વધુ ભાર મૂકે છે. જેનું પ્રમાણ ૧૦૦ ટકા છે.

૪.૬ સરકારની યોજના વિષયક માહિતી :

ડાંગ જિલ્લાના પસંદ કરેલા કુટુંબોને સરકારની યોજનાનો લાભ મળેલ છે કે નહિં, તેની માહિતી દર્શાવવામાં આવી છે. જેમાં આદિવાસી વિકાસ માટે સહાયની જાણકારી, યોજનાનો લાભ, યોજના દ્વારા આર્થિક સ્થિતિમાં સુધારો, યોજનાનો લાભ લેવાની મુશ્કેલી, વિકાસ માટે યોજનાનું મહત્ત્વ વગેરે માહિતી આ વિભાગમાં આપવામાં આવી છે.

કોષ્ટક નં.૪.૬.૧

આદિવાસી વિકાસ માટેની સહાયની જાણકારી દર્શાવતું કોષ્ટક

ક્રમ	પસંદ કરેલા કુટુંબો	સંખ્યા	તમે જાણો છો ? આદિવાસીને સહાય મળે છે ?		કુલ
			હા	ના	
૧	કુનબી (ટકા)	૬૭ (૧૦૦)	૬૭ (૧૦૦)		૬૭
૨	કુંકણા (ટકા)	૧૧ (૧૦૦)	૧૧ (૧૦૦)		૧૧
૩	કોંકણી (ટકા)	૧૮ (૧૦૦)	૧૮ (૧૦૦)		૧૮
૪	વારલી (ટકા)	૨૪ (૧૦૦)	૨૪ (૧૦૦)		૨૪
૫	ગામિત (ટકા)	૧૯ (૧૦૦)	૧૯ (૧૦૦)		૧૯
૬	ભીલ (ટકા)	૧૩૧ (૧૦૦)	૧૩૧ (૧૦૦)		૧૩૧
૭	કુલ (ટકા)	૨૭૦ (૧૦૦)	૨૭૦ (૧૦૦)		૨૭૦

ટેબલના આધારે વિશ્લેષણ :

કોષ્ટક નં.૪.૬.૧માં પસંદ કરેલા આદિવાસી કુટુંબના વિકાસ માટેની સહાયની જાણકારી વિશેની માહિતી દર્શાવવામાં આવી છે. જેમાં પસંદ કરેલા બધા જ આદિવાસી કુટુંબો વિકાસ માટે સહાય મળે છે. જેની જાણકારી ધરાવે છે. જે ૧૦૦ ટકા છે.

કોષ્ટક નં.૪.૬.૨

આદિવાસી યોજનાનો લાભ વિષયક માહિતી દર્શાવતું કોષ્ટક

ક્રમ	પસંદ કરેલા કુટુંબો	સંખ્યા	આદિવાસી યોજનાનો લાભ લીધો છે ?		કુલ	લાભ મળેલ યોજનાનું નામ		કુલ
			હા	ના		ઈન્દિરા આવાસ	સરદાર આવાસ	
૧	કુનબી (ટકા)	૬૭ -૧૦૦	૫૩ -૭૯	૧૪ -૨૧	૬૭	૩૭ -૭૦	૧૬ -૩૦	૫૩ -૧૦૦
૨	કુંકણા (ટકા)	૧૧ -૧૦૦	૯ -૮૨	૨ -૧૮	૧૧	૫ -૫૬	૪ -૪૪	૯ -૧૦૦
૩	કોંકણી (ટકા)	૧૮ -૧૦૦	૧૫ -૮૩	૩ -૧૭	૧૮	૮ -૫૩	૭ -૪૭	૧૫ -૧૦૦
૪	વારલી (ટકા)	૨૪ -૧૦૦	૧૮ -૭૫	૬ -૨૫	૨૪	૧૨ -૬૭	૬ -૩૩	૧૮ -૧૦૦
૫	ગામિત (ટકા)	૧૯ -૧૦૦	૧૪ -૭૪	૫ -૨૬	૧૯	૯ -૬૪	૫ -૩૬	૧૪ -૧૦૦
૬	ભીલ (ટકા)	૧૩૧ -૧૦૦	૧૦૩ -૭૯	૨૮ -૨૧	૧૩૧	૭૬ -૭૪	૨૭ -૨૬	૧૦૩ -૧૦૦
૭	કુલ (ટકા)	૨૭૦ -૧૦૦	૨૧૨ -૭૯	૫૮ -૨૧	૨૭૦	૧૪૭ -૬૯	૬૫ -૩૧	૨૧૨ -૧૦૦

ટેબલના આધારે વિશ્લેષણ :

કોષ્ટક નં.૪.૬.૨માં પસંદ કરેલા આદિવાસી કુટુંબમાં આદિવાસી યોજનાનો લાભ મળેલ છે. જેમાં કુલ કુટુંબોમાં ૭૮.૫૧ ટકા કુટુંબોએ આદિવાસી યોજનાનો લાભ લીધેલ છે. તેમજ ૨૧.૪૯ ટકા કુટુંબોને યોજનાનો લાભ મળેલ નથી. તથા ૬૯.૩૩ ટકા કુટુંબોને ઈન્દિરા આવાસ યોજનાનો લાભ મળેલ છે. તેમજ ૩૦.૬૭ ટકા કુટુંબોને સરદાર આવાસ યોજનાનો લાભ મળેલ છે.

કુનબી જ્ઞાતિના આદિવાસી કુટુંબોમાં ૭૯.૧૦ ટકા કુટુંબોએ આદિવાસી યોજનાનો લાભ લીધેલ છે. ૨૦.૯૦ ટકા કુટુંબોને આ યોજનાનો લાભ મળેલ નથી. તેમજ ૬૯.૮૧ ટકા કુટુંબોને ઈન્દિરા આવાસ મળેલ છે. તેમજ ૩૦.૧૯ ટકા કુટુંબોને સરદાર આવાસ મળેલ છે.

કુંકણા જ્ઞાતિના આદિવાસી કુટુંબોમાં ૮૧.૮૧ ટકા કુટુંબોએ આદિવાસી યોજનાનો લાભ લીધેલ છે. તેમજ ૧૮.૧૯ ટકા કુટુંબોને આ યોજનાનો લાભ મળેલ નથી. તેમજ ૫૫.૫૬ ટકા કુટુંબોને ઈન્દિરા આવાસ મળેલ છે. તેમજ ૪૪.૪૪ ટકા કુટુંબોને સરદાર આવાસ મળેલ છે.

કોંકણી જ્ઞાતિના આદિવાસી કુટુંબોમાં ૮૩.૩૩ ટકા કુટુંબોએ આદિવાસી યોજનાનો લાભ લીધેલ છે. ૧૬.૧૭ ટકા કુટુંબોને આ યોજનાનો લાભ મળેલ નથી. તેમજ ૫૩.૩૩ ટકા કુટુંબોને ઈન્દિરા આવાસ મળેલ છે. તેમજ ૪૬.૬૭ ટકા કુટુંબોને સરદાર આવાસ મળેલ છે.

વારલી જ્ઞાતિના આદિવાસી કુટુંબોમાં ૭૫ ટકા કુટુંબોએ આદિવાસી યોજનાનો લાભ લીધેલ છે. ૨૫ ટકા કુટુંબોને આ યોજનાનો લાભ મળેલ નથી. તેમજ ૬૬.૬૭ ટકા કુટુંબોને ઈન્દિરા આવાસ મળેલ છે. તેમજ ૩૩.૩૩ ટકા કુટુંબોને સરદાર આવાસ મળેલ છે.

ગામિત જ્ઞાતિના આદિવાસી કુટુંબોમાં ૭૩.૬૯ ટકા કુટુંબોએ આદિવાસી યોજનાનો લાભ લીધેલ છે. ૨૬.૩૧ ટકા કુટુંબોને આ યોજનાનો લાભ મળેલ નથી. તેમજ ૬૪.૨૯ ટકા કુટુંબોને ઈન્દિરા આવાસ મળેલ છે. તેમજ ૩૫.૭૧ ટકા કુટુંબોને સરદાર આવાસ મળેલ છે.

ભીલ જ્ઞાતિના આદિવાસી કુટુંબોમાં ૭૮.૬૨ ટકા કુટુંબોએ આદિવાસી યોજનાનો લાભ લીધેલ છે. ૨૧.૩૮ ટકા કુટુંબોને આ યોજનાનો લાભ મળેલ નથી. તેમજ ૭૩.૭૯ ટકા કુટુંબોને ઈન્દિરા આવાસ મળેલ છે. તેમજ ૨૬.૨૧ ટકા કુટુંબોને સરદાર આવાસ મળેલ છે.

કોષ્ટક નં.૪.૬.૩

આદિવાસી યોજના દ્વારા આર્થિક સ્થિતિમાં સુધારો દર્શાવતું કોષ્ટક

ક્રમ	પસંદ કરેલા કુટુંબો	યોજનાનો લાભ મળેલ કુટુંબોની સંખ્યા	આદિવાસી યોજનાથી આર્થિક સ્થિતિ સુધરી છે ?		કુલ
			હા	ના	
૧	કુનબી (ટકા)	૫૩ (૧૦૦)	૨૯ (૫૪.૭૧)	૨૪ (૪૫.૨૯)	૫૩
૨	કુંકણા (ટકા)	૯ (૧૦૦)	૮ (૮૮.૮૯)	૧ (૧૧.૧૧)	૯
૩	કોંકણી (ટકા)	૧૫ (૧૦૦)	૧૧ (૭૩.૩૩)	૪ (૨૬.૬૭)	૧૫
૪	વારલી	૧૮	૧૦	૮	૧૮

	(ટકા)	(૧૦૦)	(૫૫.૫૬)	(૪૪.૪૪)	
૫	ગામિત (ટકા)	૧૪ (૧૦૦)	૧૧ (૭૮.૫૮)	૩ (૨૧.૪૨)	૧૪
૬	ભીલ (ટકા)	૧૦૩ (૧૦૦)	૪૨ (૪૦.૭૮)	૬૧ (૫૯.૨૨)	૧૦૩
૭	કુલ (ટકા)	૨૧૨ (૧૦૦)	૧૧૧ (૫૨.૩૬)	૧૦૧ (૪૭.૬૪)	૨૧૨

ટેબલના આધારે વિશ્લેષણ :

કોષ્ટક નં.૪.૬.૩માં પસંદ કરેલા આદિવાસી કુટુંબોમાં યોજના દ્વારા આર્થિક સ્થિતિમાં સુધારો થયો છે કે નહિ તેના વિશેની માહિતી દર્શાવવામાં આવી છે. જેમાં યોજનાનો લાભ લીધેલ કુલ કુટુંબોમાં ૫૨.૩૬ ટકા કુટુંબોમાં યોજના દ્વારા આર્થિક સ્થિતિમાં સુધારો થયો છે. તેમજ ૪૭.૬૪ ટકા કુટુંબોની આર્થિક સ્થિતિમાં કોઈ પરિવર્તન કે સુધારો થયો નથી.

કુનબી જ્ઞાતિના આદિવાસી કુટુંબોમાં ૫૪.૭૧ ટકા કુટુંબોની આર્થિક સ્થિતિમાં સુધારો થયો છે. તેમજ ૪૫.૨૯ ટકા કુટુંબોની આર્થિક સ્થિતિમાં સુધારો થયો નથી.

કુંકણા જ્ઞાતિના આદિવાસી કુટુંબોમાં ૮૮.૮૯ ટકા કુટુંબોની આર્થિક સ્થિતિમાં સુધારો થયો છે. તેમજ ૧૧.૧૧ ટકા કુટુંબોની આર્થિક સ્થિતિમાં સુધારો થયો નથી.

કોંકણી જ્ઞાતિના આદિવાસી કુટુંબોમાં ૭૩.૩૩ ટકા કુટુંબોની આર્થિક સ્થિતિમાં સુધારો થયો છે. તેમજ ૨૬.૬૭ ટકા કુટુંબોની આર્થિક સ્થિતિમાં સુધારો થયો નથી.

વારલી જ્ઞાતિના આદિવાસી કુટુંબોમાં ૫૫.૫૬ ટકા કુટુંબોની આર્થિક સ્થિતિમાં સુધારો થયો છે. તેમજ ૪૪.૪૪ ટકા કુટુંબોની આર્થિક સ્થિતિમાં સુધારો થયો નથી.

ગામિત જ્ઞાતિના આદિવાસી કુટુંબોમાં ૭૮.૫૮ ટકા કુટુંબોની આર્થિક સ્થિતિમાં સુધારો થયો છે. તેમજ ૨૧.૪૨ ટકા કુટુંબોની આર્થિક સ્થિતિમાં સુધારો થયો નથી.

ભીલ જ્ઞાતિના આદિવાસી કુટુંબોમાં ૪૦.૭૮ ટકા કુટુંબોની આર્થિક સ્થિતિમાં સુધારો થયો છે. તેમજ ૫૯.૨૨ ટકા કુટુંબોની આર્થિક સ્થિતિમાં સુધારો થયો નથી.

કોષ્ટક નં.૪.૬.૪

આદિવાસી કલ્યાણ યોજનાનો લાભ લેવામાં મુશ્કેલી દર્શાવતું કોષ્ટક

			યોજનાનો લાભ લેવામાં મુશ્કેલી નવી છે ?		મુશ્કેલીનું નામ				
ક્રમ	પસંદ કરેલા કુટુંબો	સંખ્યા	હા	ના	ભ્રષ્ટા-ચાર	માર્ગદર્શનનો અભાવ	વહીવટી તંત્રની જટીલ પ્રક્રિયા	વહીવટી તંત્ર દ્વારા વિલંબ	અન્ય
૧	કુનબી (ટકા)	૬૭ - ૧૦૦	૧૪ - ૨૧	૫૩ -૭૯	--	૧૪ -૨૦.૯	--	--	--
૨	કુંકણા (ટકા)	૧૧ - ૧૦૦	૨ - ૧૮	૯ -૮૨	--	૨ -૧૮.૧૯	--	--	--
૩	કોંકણી (ટકા)	૧૮ - ૧૦૦	૩ - ૧૭	૧૫ -૮૩	--	૩ -૧૬.૬૭	--	--	--
૪	વારલી (ટકા)	૨૪ - ૧૦૦	૬ - ૨૫	૧૮ -૭૫	--	૬ -૨૫	--	--	--
૫	ગામિત (ટકા)	૧૯ - ૧૦૦	૫ - ૨૬	૧૪ -૭૪	--	૫ -૨૬.૩૧	--	--	--
૬	ભીલ	૧૩૧	૨૮	૧૦૩	--	૨૮	--	--	--

	(ટકા)	- ૧૦૦	- ૨૧	-૭૯		-૨૧.૩૮			
૭	કુલ (ટકા)	૨૭૦ - ૧૦૦	૫૮ - ૨૧	૨૧૨ -૭૯	--	૫૮ -૨૧.૪૯	--	--	--

ટેબલના આધારે વિશ્લેષણ :

કોષ્ટક નં.૪.૬.૪ માં પસંદ કરેલા આદિવાસી કુટુંબોમાં યોજનાનો લાભ લેવામાં મુશ્કેલી વિષયક માહિતી દર્શાવવામાં આવી છે. જેમાં કુલ કુટુંબોમાંથી ૨૧.૪૯ ટકા કુટુંબોને આદિવાસી કલ્યાણ યોજનાનો લાભ લેવામાં મુશ્કેલી નડી છે. જે માર્ગદર્શનના અભાવના લીધે આ યોજનાનો લાભ લીધેલ નથી.

કુનબી જ્ઞાતિના આદિવાસી કુટુંબોમાં ૨૦.૯૦ ટકા કુટુંબોને આદિવાસી કલ્યાણ યોજનાનો લાભ લેવામાં માર્ગદર્શનના અભાવના લીધે મુશ્કેલી નડી છે.

કુંકણા જ્ઞાતિના આદિવાસી કુટુંબોમાં ૧૮.૧૯ ટકા કુટુંબોને આદિવાસી કલ્યાણ યોજનાનો લાભ લેવામાં માર્ગદર્શનના અભાવના લીધે મુશ્કેલી નડી છે.

કોંકણી જ્ઞાતિના આદિવાસી કુટુંબોમાં ૧૬.૬૭ ટકા કુટુંબોને આદિવાસી કલ્યાણ યોજનાનો લાભ લેવામાં માર્ગદર્શનના અભાવના લીધે મુશ્કેલી નડી છે.

વારલી જ્ઞાતિના આદિવાસી કુટુંબોમાં ૨૫ ટકા કુટુંબોને આદિવાસી કલ્યાણ યોજનાનો લાભ લેવામાં માર્ગદર્શનના અભાવના લીધે મુશ્કેલી નડી છે.

ગામિત જ્ઞાતિના આદિવાસી કુટુંબોમાં ૨૬.૩૧ ટકા કુટુંબોને આદિવાસી કલ્યાણ યોજનાનો લાભ લેવામાં માર્ગદર્શનના અભાવના લીધે મુશ્કેલી નડી છે.

ભીલ જ્ઞાતિના આદિવાસી કુટુંબોમાં ૨૧.૩૮ ટકા કુટુંબોને આદિવાસી કલ્યાણ યોજનાનો લાભ લેવામાં માર્ગદર્શનના અભાવના લીધે મુશ્કેલી નડી છે.

કોષ્ટક નં.૪.૬.૫
વિકાસ માટે યોજનાનું મહત્ત્વ દર્શાવતું કોષ્ટક

ક્રમ	પસંદ કરેલા કુટુંબો	સંખ્યા	વિકાસ માટે તમે કઈ યોજનાઓને મહત્ત્વ આપો છો ?			
			ઈન્ફ્રાસ્ટક્ચર ડેવલપમેન્ટ	વ્યવસાયિક તાલીમ, શિક્ષણ	ધિરાણ સબસીડી,	અન્ય

			(રસ્તા, વીજળી, સિંચાઈ)	યોજનાઓ	આર્થિક મદદની યોજનાઓ	
૧	કુનબી (ટકા)	૬૭ (૧૦૦)	૫૩ (૭૯.૧૦)	૪૩ (૬૪.૧૮)	૬૭ (૧૦૦)	૩૮ (૫૬.૭૧)
૨	કુંકણા (ટકા)	૧૧ (૧૦૦)	૮ (૭૨.૭૨)	૬ (૫૪.૫૪)	૧૧ (૧૦૦)	૪ (૩૬.૩૭)
૩	કોંકણી (ટકા)	૧૮ (૧૦૦)	૯ (૫૦)	૧૪ (૭૭.૭૮)	૧૮ (૧૦૦)	૧૮ (૧૦૦)
૪	વારલી (ટકા)	૨૪ (૧૦૦)	૨૦ (૮૩.૩૩)	૧૮ (૭૫)	૨૪ (૧૦૦)	૧૫ (૬૨.૫૦)
૫	ગામિત (ટકા)	૧૯ (૧૦૦)	૧૩ (૬૮.૪૨)	૧૨ (૬૩.૧૬)	૧૯ (૧૦૦)	૧૧ (૫૭.૯૦)
૬	ભીલ (ટકા)	૧૩૧ (૧૦૦)	૧૦૬ (૮૦.૯૧)	૮૩ (૬૩.૩૬)	૧૩૧ (૧૦૦)	૯૬ (૭૩.૨૯)
૭	કુલ (ટકા)	૨૭૦ (૧૦૦)	૨૦૯ (૭૭.૪૦)	૧૭૬ (૬૫.૧૯)	૨૭૦ (૧૦૦)	૧૮૯ (૭૦)

ટેબલના આધારે વિશ્લેષણ :

કોષ્ટક નં.૪.૬.૫માં પસંદ કરેલા આદિવાસી કુટુંબના વિકાસ માટે યોજનાનું મહત્ત્વ દર્શાવવામાં આવ્યું છે. જેમાં પસંદ કરેલા ઉત્તરદાતાઓ કઈ યોજનાને સૌથી વધુ મહત્ત્વ આપે છે તે દર્શાવવામાં આવ્યું છે. જેમાં કુલ કુટુંબોમાં ધિરાણ સબસીડી, આર્થિક યોજનાને ૧૦૦ ટકા ઉત્તરદાતાઓ મહત્ત્વ આપે છે. ૭૭.૪૦ ટકા ઉત્તરદાતાઓ ઈન્ફ્રાસ્ટક્ચર ડેવલપમેન્ટ (રસ્તા, વીજળી, સિંચાઈ વગેરે સંબંધિત વિકાસ) ને મહત્ત્વ આપે છે. ૬૫.૧૯ ટકા ઉત્તરદાતાઓ વ્યવસાયિક તાલીમ, શિક્ષણ યોજનાને મહત્ત્વ આપે છે. તેમજ અન્ય યોજનાઓને ૭૦ ટકા ઉત્તરદાતાઓ મહત્ત્વ આપે છે.

કુનબી જ્ઞાતિના આદિવાસી કુટુંબોમાં ૭૯.૧૦ ટકા ઉત્તરદાતાઓ ઈન્ફ્રાસ્ટક્ચર, ડેવલપમેન્ટ (રસ્તા, વિજળી, સિંચાઈ) યોજનાને મહત્ત્વ આપે છે. ૬૪.૧૮ ટકા ઉત્તરદાતાઓ વ્યાવસાયિક તાલીમ, શિક્ષણ યોજનાને મહત્ત્વ આપે છે.

તેમજ ૧૦૦ ટકા કુટુંબો ધિરાણ સબસીડી, આર્થિક મદદની યોજનાઓને મહત્ત્વ આપે છે. ૫૬.૭૧ ટકા ઉત્તરદાતાઓ અન્ય યોજનાઓને મહત્ત્વ આપે છે.

કુંકણા જ્ઞાતિના આદિવાસી કુટુંબોમાં ૭૨.૭૨ ટકા ઉત્તરદાતાઓ ઈન્ફ્રાસ્ટક્ચર, ડેવલપમેન્ટ (રસ્તા, વિજળી, સિંચાઈ) યોજનાને મહત્ત્વ આપે છે. ૫૪.૫૪ ટકા ઉત્તરદાતાઓ વ્યાવસાયિક તાલીમ, શિક્ષણ યોજનાને મહત્ત્વ આપે છે. તેમજ ૧૦૦ ટકા કુટુંબો ધિરાણ સબસીડી, આર્થિક મદદની યોજનાઓને મહત્ત્વ આપે છે. ૩૬.૩૭ ટકા ઉત્તરદાતાઓ અન્ય યોજનાઓને મહત્ત્વ આપે છે.

કોંકણી જ્ઞાતિના આદિવાસી કુટુંબોમાં ૫૦ ટકા ઉત્તરદાતાઓ ઈન્ફ્રાસ્ટક્ચર, ડેવલપમેન્ટ (રસ્તા, વિજળી, સિંચાઈ) યોજનાને મહત્ત્વ આપે છે. ૭૭.૭૮ ટકા કુટુંબો વ્યાવસાયિક તાલીમ, શિક્ષણ યોજનાને મહત્ત્વ આપે છે. તેમજ ૧૦૦ ટકા કુટુંબો ધિરાણ સબસીડી, આર્થિક મદદની યોજનાઓને મહત્ત્વ આપે છે. ૧૦૦ ટકા ઉત્તરદાતાઓ અન્ય યોજનાઓને મહત્ત્વ આપે છે.

વારલી જ્ઞાતિના આદિવાસી કુટુંબોમાં ૮૩.૩૩ ટકા ઉત્તરદાતાઓ ઈન્ફ્રાસ્ટક્ચર, ડેવલપમેન્ટ (રસ્તા, વિજળી, સિંચાઈ) યોજનાને મહત્ત્વ આપે છે. ૭૫ ટકા ઉત્તરદાતાઓ વ્યાવસાયિક તાલીમ, શિક્ષણ યોજનાને મહત્ત્વ આપે છે. તેમજ ૧૦૦ ટકા કુટુંબો ધિરાણ સબસીડી, આર્થિક મદદની યોજનાઓને મહત્ત્વ આપે છે. ૬૫.૫૦ ટકા ઉત્તરદાતાઓ અન્ય યોજનાઓને મહત્ત્વ આપે છે.

ગામિત જ્ઞાતિના આદિવાસી કુટુંબોમાં ૬૮.૪૨ ટકા કુટુંબો ઈન્ફ્રાસ્ટક્ચર, ડેવલપમેન્ટ (રસ્તા, વિજળી, સિંચાઈ) યોજનાને મહત્ત્વ આપે છે. ૬૩.૧૬ ટકા ઉત્તરદાતાઓ વ્યાવસાયિક તાલીમ, શિક્ષણ યોજનાને મહત્ત્વ આપે છે. તેમજ ૧૦૦ ટકા કુટુંબો ધિરાણ સબસીડી, આર્થિક મદદની યોજનાઓને મહત્ત્વ આપે છે. ૫૭.૯૦ ટકા કુટુંબો અન્ય યોજનાઓને મહત્ત્વ આપે છે.

ભીલ જ્ઞાતિના આદિવાસી કુટુંબોમાં ૮૦.૯૧ ટકા ઉત્તરદાતાઓ ઈન્ફ્રાસ્ટક્ચર, ડેવલપમેન્ટ (રસ્તા, વિજળી, સિંચાઈ) યોજનાને મહત્ત્વ આપે છે. ૬૩.૩૬ ટકા ઉત્તરદાતાઓ વ્યાવસાયિક તાલીમ, શિક્ષણ યોજનાને મહત્ત્વ આપે છે. તેમજ ૧૦૦ ટકા કુટુંબો ધિરાણ સબસીડી, આર્થિક મદદની યોજનાઓને મહત્ત્વ આપે છે. ૭૩.૨૯ ટકા કુટુંબો અન્ય યોજનાઓને મહત્ત્વ આપે છે.

પ્રકરણ - ૫
સંશોધનનો સારાંશ, તારણો અને સૂચનો

૫.૧ પ્રસ્તાવના

આદિવાસીઓના જીવનધોરણનો અભ્યાસ ગુજરાત રાજયના ડાંગ જિલ્લાને કેન્દ્રમાં રાખીને કર્યો છે. સંશોધન કાર્યનું કોઈને કોઈ ધ્યેય કે હેતુ હોય છે. સંશોધન પ્રશ્નોનો જવાબ મેળવી અહેવાલના સ્વરૂપે રજૂ કરવાનું સંશોધનનું અંતિમ પગથિયું ગણવામાં આવે છે. આ અભ્યાસ માટેની જરૂરી પ્રાથમિક અને ગૌણ માહિતીના આધારે નિબંધને કુલ ૬ (છ) પ્રકરણમાં વિભાજિત કરવામાં આવ્યો છે. જેમાં કુટુંબના ઉત્તરદાતાઓની પસંદગી નિદર્શન પદ્ધતિથી ૨% લેખે ૪૨૮ કુટુંબોની પસંદગી કરવામાં આવી છે. તેમાંથી યાદચ્છિક પદ્ધતિ સિમ્પલ એન્ડ રેન્ડમ પદ્ધતિથી ૨૭૦ કુટુંબોની પસંદગી કરવામાં આવી છે. પસંદ કરેલા ૬ (છ) ગામોમાંથી પ્રત્યેક એક ગામમાંથી ૪૫ કુટુંબોને પસંદ કરી અભ્યાસ કરેલ છે. જેમાં આદિવાસીઓના જીવનધોરણનાં સંદર્ભમાં કૌટુંબિક, આરોગ્ય વિષયક, શિક્ષણ, સરકારની યોજના વગેરે માહિતીનું વર્ગીકરણ કરી જુદાં જુદાં પ્રકરણોમાં હેતુઓની સિદ્ધિ, ઉત્કલ્પનાનું પરિક્ષણ, મુખ્ય તારણો, સૂચનો નીચે મુજબ રજૂ કરેલ છે.

૫.૨ પ્રકરણ સારાંશ

પ્રકરણ - ૧ : વિષય પ્રવેશ :

પ્રકરણ - ૧માં પ્રસ્તાવના દર્શાવવામાં આવી છે. જેમાં ભારતના આદિવાસીના ભૌગોલિક વિશેષતાના આધાર ઉપર જુદાં જુદાં આદિવાસી ક્ષેત્રમાં વિભાજિત કરવામાં આવે છે. જે ભારતનો ઉત્તર-પૂર્વ વિસ્તાર, મધ્ય વિસ્તાર, દક્ષિણ વિસ્તાર, તેમજ ભારતનાં જુદાં જુદાં રાજયો તથા કેન્દ્રશાસિત પ્રદેશોમાં આદિવાસીઓની વસ્તી, ગુજરાતના આદિવાસીઓની વસ્તી, આદિવાસીનો અર્થ જેમાં જુદાં જુદાં લેખકોએ આદિમજાતિઓ અંગે જુદાં જુદાં અર્થ દર્શાવ્યા છે. અહીં જીવનધોરણ કોણે કહેવાય તે પણ દર્શાવવામાં આવ્યું છે.

પ્રકરણ - ૨ : અભ્યાસક્ષેત્રનો પરિચયઃ

અહીં પ્રકરણ- ૩માં અભ્યાસક્ષેત્રનો પરિચય આપવામાં આવ્યો છે. જેમાં રાજયનો પરિચય ટૂકમાં આપવામાં આવ્યો છે. ડાંગ જિલ્લાનો પરિચય આપવામાં આવ્યો છે. જેમાં ડાંગ જિલ્લાનો ભૌગોલિક વિસ્તાર, જમીન, જંગલ વિસ્તાર, વન્ય

જીવો, જિલ્લાની વસ્તી વિષયક માહિતી, શિક્ષણ, ડાંગની મુખ્ય આદિવાસી જાતિઓ જેમાં ભીલ, કુનબી, કુંકણા, વારલી અને ગામિત વગેરેનો પરિચય આપ્યો છે. તેમજ જિલ્લાના આદિવાસીઓના પહેરવેશ અને ઘરેણાં, આદિવાસીઓનું ઘર અને રહેણીકરણી, કુટુંબ વ્યવસ્થા, આદિવાસી સંસ્કૃતિ, ડાંગ જિલ્લાના આદિવાસીઓની બોલી, ડાંગ જિલ્લાના આદિવાસીઓના ઉત્સવ અને પર્વ, ડાંગ જિલ્લાના આદિવાસીઓમાં દેવી-દેવતાઓની પૂજા, ડાંગમાં જોવા લાયક સ્થળો, તેમજ ડાંગ દરબાર વિશે સંક્ષિપ્ત ઈતિહાસની માહિતી દર્શાવવામાં આવી છે.

પ્રકરણ - ૩ : સંશોધનની આધારશીલા. :

અહીં અભ્યાસક્ષેત્રે પસંદ કરેલા જુદાં જુદાં જ્ઞાતિના આદિવાસી કુટુંબોની પ્રાથમિક માહિતી સર્વેક્ષણના આધારે આપવામાં આવી છે. જેમાં ઉત્તરદાતાની સામાન્ય માહિતી દર્શાવવામાં આવી છે. જેમાં ઉત્તરદાતા (નિર્ણય કર્તા) નો પરિચય જેમાં ઉત્તરદાતાની ઉંમર, શિક્ષણ, ધર્મ, વ્યવસાય વગેરે માહિતી દર્શાવવામાં આવી છે. ત્યાર પછી કુટુંબની સભ્ય સંખ્યા, કુટુંબના સભ્યોનું વયજૂથ, કુટુંબનું શિક્ષણ, કુટુંબના સભ્યોનો મુખ્ય વ્યવસાય વગેરેની માહિતી દર્શાવવામાં આવી છે.

પ્રકરણ - ૫ : માહિતીનું એકત્રીકરણ, પૃથ્થકરણ, વિશ્લેષણ અને અર્થઘટન:

અહીં ડાંગ જિલ્લાના આદિવાસીઓના જીવનધોરણ વિષયક માહિતીનું એકત્રીકરણ, પૃથ્થકરણ, વિશ્લેષણ અને અર્થઘટન દર્શાવવામાં આવ્યું છે. આરોગ્ય વિષયક માહિતી દર્શાવવામાં આવી છે. જેમાં આરોગ્યની સુવિધા, આરોગ્ય માટે સહાય, બિમારી માટે જવા માટેનું સ્થળ, કુટુંબમાં બાળકને રસીકરણનો કાર્યક્રમ, આશા વર્કર બહેનો વિષયક માહિતી, નર્સ બહેનો વિષયક માહિતી, ૧૦૮ની સુવિધા વિષયક માહિતી દર્શાવી છે. તેમજ શિક્ષણ વિષયક માહિતી પણ દર્શાવવામાં આવી છે. જેમાં સારી શાળાની વ્યવસ્થા, બાળકની નિયમિતતા, કઈ બાબત માટે શિક્ષણ, પુત્ર-પુત્રીને ઉચ્ચ શિક્ષણ મેળવવા જવા માટેનું સ્થળ, શિક્ષણ માટે સરકારી યોજનાનો લાભ, બાળકને ભણાવવામાં મુશ્કેલીની માહિતી દર્શાવવામાં આવી છે. ભૌતિક સુવિધા વિષયક માહિતી પણ દર્શાવવામાં આવી છે. જેમાં મકાન, ઘરમાં રહેલી સુવિધા, ઘરમાં વાસણોની વિગત, પશુપાલન વગેરે દર્શાવવામાં આવ્યું છે. જાતિગત સમાનતા વિષયક માહિતી પણ દર્શાવવામાં આવી છે. જેમાં જન્મને મહત્ત્વ, કુટુંબમાં સ્ત્રીનું સ્થાન, કુટુંબમાં આગળ પડતાં, ઘરની જવાબદારી, કુટુંબમાં શિક્ષણ પર ભાર વગેરે દર્શાવવામાં આવ્યું છે. અને છેલ્લે સરકારની યોજના વિષયક માહિતી દર્શાવવામાં આવી છે.

પ્રકરણ - ૫ : સંશોધનનો સારાંશ, તારણો અને સૂચનો :

અહીં પ્રકરણ - ૬માં સંશોધનનો સારાંશ, તારણો અને સૂચનો દર્શાવવામાં આવ્યાં છે. ત્યાર પછી હેતુઓની સિદ્ધિ, ઉત્કલ્પનાઓનું પરિક્ષણ, મુખ્ય તારણો, સૂચનો વગેરે દર્શાવવામાં આવ્યું છે.

૫.૩ હેતુઓની સિદ્ધિ :

પ્રસ્તુત સંશોધનમાં જે હેતુઓ નક્કી કરવામાં આવ્યા છે, તે હેતુઓની સિદ્ધિ આ મુજબ છે.

૧. ડાંગ જિલ્લાના આદિવાસીઓની આરોગ્ય વિષયક પરિસ્થિતિનો અભ્યાસ કરવો.

પ્રકરણ-૫માં રજૂ કરેલ ડાંગ જિલ્લાના આદિવાસીઓનું જીવનધોરણનો અભ્યાસ કરતાં જાણવા માળ્યું કે અભ્યાસક્ષેત્રના પસંદ કરેલા એકપણ ગામમાં આરોગ્યની સુવિદ્યા માટે સરકારી કે ખાનગી દવાખાનું નથી.

૨. ડાંગ જિલ્લાના આદિવાસીઓના શિક્ષણની પરિસ્થિતિનો અભ્યાસ કરવો.

પ્રકરણ-૫માં રજૂ કરેલા ડાંગ જિલ્લામાં આવેલ ગામડાઓમાં આદિવાસીઓના જીવનધોરણનો અભ્યાસ કર્યો. તેના પરથી જાણવા મળ્યું કે હજી પણ ઘણાં ખરાં ગામડાઓમાં શિક્ષણ માટે સારી શાળાની વ્યવસ્થા જોવા મળતી નથી. અભ્યાસક્ષેત્રે પસંદ કરેલા મોટીદાબદર ગામ અને ગુંજપેડા ગામમાં ૧ થી ૭ ધોરણ સુધીની શાળા છે.તેમજ બાકીના ગામમાં ૧ થી ૫ ધોરણ સુધીની પ્રાથમિક શાળાની સુવિદ્યા છે.

૩. ડાંગ જિલ્લાના આદિવાસીઓમાં જાતિગત સમાનતાનો અભ્યાસ કરવો.

પ્રકરણ-૫માં રજૂ કરેલા ડાંગ જિલ્લાના આદિવાસીઓના જીવનધોરણનો અભ્યાસ કર્યો જેમાં અભ્યાસક્ષેત્રે પસંદ કરેલા કુટુંબો સ્ત્રી અને પુરૂષો બંનેને સરખું મહત્ત્વ આપે છે. એટલે કે આદિવાસીઓમાં જાતિગત સમાનતા જોવા મળે છે.

૪. ડાંગ જિલ્લાના આદિવાસીઓના જીવનધોરણ સુધારવા સરકારની યોજનાનો અભ્યાસ કરવો.

પ્રકરણ-૫માં રજૂ કરેલા ડાંગ જિલ્લાના આદિવાસીઓના જીવનધોરણનો અભ્યાસ કર્યો જેમાં અભ્યાસક્ષેત્રે પસંદ કરેલા ગામમાં આદિવાસી કુટુંબો

સરકારની યોજના વિશે જાણે છે અને એમાના કેટલાંક આદિવાસી કુટુંબોએ જીવનધોરણ સુધારવા સરકારની યોજનાનો લાભ પણ લીધો છે.

૫.૪ મુખ્ય તારણો :

સંશોધન અભ્યાસ દ્વારા માહિતી પ્રાપ્ત કરી તેનાં વિશ્લેષણનાં આધારે સમગ્ર અભ્યાસના તારણો તારવવામાં આવેલ છે. જે નીચે પ્રમાણે રજૂ કરેલ છે.

૧. ડાંગ જિલ્લાનાં પસંદ કરેલા અભ્યાસક્ષેત્રોમાં ડાંગ જિલ્લામાં આંતરમાળખાનો વિકાસ સારો થયેલો જોવા મળે છે. જેમાં શૈક્ષણિક સગવડ, આરોગ્યની સગવડ, વિજળીની સગવડ, વાહણવ્યવહારની સગવડ, સંદેશા વ્યવહારની સગવડ વગેરે સુવિદ્યાઓ ઉપલબ્ધ છે.

૨. પસંદ કરેલા અભ્યાસક્ષેત્રના જિલ્લામાં શિક્ષણનું પ્રમાણ જોતા જણાય છે કે, કુલ ટકાવારી પ્રમાણે ૭૫.૧૬ ટકા છે.

૩. અભ્યાસક્ષેત્રના ગામોમાં શિક્ષણની સુવિદ્યામાં મોટીદાબદર ગામમાં અને ગુંજપેડા ગામમાં ૧ થી ૭ ધોરણ સુધીની શિક્ષણની સુવિદ્યા છે. તેમજ સુન્દા, જોગબારી, વાડિયાવન, જામાલાગામમાં ૧ થી ૫ ધોરણ સુધીની જ શિક્ષણની વ્યવસ્થા છે. અને આગળના અભ્યાસ માટે બાળકોને બીજી જગ્યાએ અભ્યાસ માટે મોકલવામાં આવે છે.

૪. પસંદ કરેલા અભ્યાસક્ષેત્રમાં બધા જ કુટુંબો અનુસૂચિત જનજાતિના છે. તેમજ અભ્યાસ માટે ૨૭૦ આદિવાસી કુટુંબની પસંદગી કરેલી છે. જેમાં કુનબી જ્ઞાતિના ૬૭ કુટુંબો, કુંકણા જ્ઞાતિના ૧૧ કુટુંબો, કોંકણી જ્ઞાતિના ૧૮ કુટુંબો, વારલી જ્ઞાતિના ૨૪ કુટુંબો, ગામિત જ્ઞાતિના ૧૯ કુટુંબો, ભીલ જ્ઞાતિના ૧૩૧ કુટુંબો છે.

૫. આદિવાસી કુટુંબોમાં સભ્યોનું વયજૂથમાં સૌથી વધારે ૧૫ થી ૪૫ વયજૂથના સભ્યોનું પ્રમાણ વધુ છે. જે ૫૭.૮૧ ટકા છે. ૦ થી ૧ વર્ષના કુટુંબના સભ્યોનું પ્રમાણ ૨.૧૦ ટકા છે. ૨ થી ૫ વર્ષના કુટુંબના સભ્યોનું પ્રમાણ ૨.૨૮ ટકા છે. ૬ થી ૧૪ વર્ષના કુટુંબના સભ્યોનું પ્રમાણ ૫૭.૮૧ ટકા છે. ૪૬ થી ૫૫ વર્ષના કુટુંબના સભ્યોનું પ્રમાણ ૯.૪૬ ટકા છે. ૫૬ થી વધુ વર્ષના કુટુંબના સભ્યોનું પ્રમાણ ૮.૯૫ ટકા છે.

૬. ઉત્તરદાતાના કુટુંબના શિક્ષણમાં સૌથી વધુ સભ્યોનું શિક્ષણ, પ્રાથમિક શિક્ષણનું પ્રમાણ વધારે જોવા મળે છે. જે ૪૭.૬૨ ટકા છે. માધ્યમિક

શિક્ષણનું પ્રમાણ ૧૮.૧૬ ટકા છે. ઉચ્ચશિક્ષણનું પ્રમાણ ૬.૭૩ ટકા છે. અશિક્ષિતોનું પ્રમાણ ૨૫.૩૯ ટકા છે. ૧ થી ૫ વર્ષના બાળકોનું પ્રમાણ ૨.૧૦ ટકા છે.

૭. અભ્યાસક્ષેત્રના ગામમાં સરકારી કે ખાનગી દવાખાનાની સુવિદ્યા નથી. પરંતુ બધા જ ઉત્તરદાતાઓને આરોગ્ય માટે સહાય મળે છે.

૮. અભ્યાસક્ષેત્રના ગામમાં દવાખાનાની સુવિદ્યા ન હોવાથી ૫૭.૭૮ ટકા કુટુંબો ગામની બહાર દવાખાને આરોગ્યની સારવાર માટે ભગત પાસે જાય છે. તેમજ ૧૪.૦૮ ટકા કુટુંબો અન્ય જગ્યાએ આરોગ્યની સારવાર માટે જાય છે.

૯. પસંદ કરેલા આદિવાસી કુટુંબો કુનબી જ્ઞાતિના આદિવાસી કુટુંબો સૌથી વધારે ગામની બહાર બિમારીના સમયે આરોગ્યની સારવાર માટે જાય છે. તેમજ કુંકણા જ્ઞાતિના આદિવાસી કુટુંબો સૌથી વધુ બિમારીના સમયે સારવાર માટે ભગત પાસે જાય છે. જેનું પ્રમાણ અનુક્રમે ૭૦.૧૪ ટકા અને ૬૩.૬૩ ટકા છે.

૧૦. રસીકરણ કાર્યક્રમ અંતર્ગત બધા જ આદિવાસી કુટુંબોએ બાળકને મુકાવેલ છે. તેમજ ૧.૪૯ ટકા કુટુંબોમાં બાળક નથી.

૧૧. આરોગ્યની સારવાર માટે આશા વર્કર બહેનો અઠવાડિયામાં સારવાર માટે એક દિવસ આવે છે. એવું કહેનારા સૌથી વધારે કુટુંબો વારલી જ્ઞાતિના છે. અઠવાડિયામાં આશા વર્કર બહેનો બે દિવસ આવે છે. એવું કહેનારા સૌથી વધારે કુટુંબો કુંકણા જ્ઞાતિના છે. અઠવાડિયામાં આશા વર્કર બહેનો ત્રણ દિવસ આવે છે. એવું કહેનારા કુટુંબોનું સૌથી વધુ પ્રમાણ કુનબી અને ભીલ જ્ઞાતિના છે. ઘણીવાર આવે છે, એવું કહેનારા કુટુંબોમાં સૌથી વધુ પ્રમાણ કુનબી જ્ઞાતિના આદિવાસીઓનું છે.

૧૨. નર્સ બહેનો આરોગ્યની સારવાર માટે મહિનામાં ૧૦ થી ૧૫ દિવસ આવે છે. એવું કહેનારા કુટુંબોનું પ્રમાણ ૭.૦૩ ટકા છે. ૧૬ થી ૨૦ દિવસે આવે છે એવું કહેનારા કુટુંબોનું પ્રમાણ ૪૦.૭૪ છે. ૨૧ થી ૨૫ દિવસે આવે છે. એવું કહેનારા કુટુંબોનું પ્રમાણ ૩૨.૯૭ ટકા છે. ૨૬ થી ૩૧ દિવસે આવે છે. એવું કહેનારા કુટુંબોનું પ્રમાણ ૧૯.૨૬ ટકા છે.

૧૩. આરોગ્ય માટે સરકારની ૧૦૮ની સુવિદ્યાનો એકપણ કુટુંબોએ લાભ લીધો નથી. જેનું કારણ સંદેશા વ્યવહારની સુવિદ્યાનો અભાવ, તેમજ ગામો ઊંડાણના વિસ્તારોમાં હોવાથી આ લાભ લઈ શક્યા નથી.

૧૪. અભ્યાસક્ષેત્રના ગામમાં સારી શાળાની વ્યવસ્થા નથી. તેથી આદિવાસી કુટુંબો પોતાના બાળકને અન્ય કોઈપણ જગ્યાએ આશ્રમશાળામાં તેમજ નજીકના ગામમાં બાળકોને ભણાવવા માટે મોકલે છે.

૧૫. પસંદ કરેલા બધા જ ઉત્તરદાતાઓ પોતાના બાળકને ઉચ્ચશિક્ષણ મેળવવા માટે ગામની બહાર કોઈપણ સ્થળે જવા દેવા માંગે છે. જેમાં કુનબી જ્ઞાતિના કુટુંબો બાળકને ઉચ્ચશિક્ષણ મેળવવા માટે સૌથી વધારે શહેરમાં મોકલવાની ઈચ્છા દર્શાવે છે. કુંકણા અને કુનબી જ્ઞાતિના સૌથી વધુ કુટુંબો અન્ય જગ્યાએ મોકલવાની ઈચ્છા બતાવે છે. તેમજ વારલી અને ગામિત જ્ઞાતિના કુટુંબો પણ અન્ય જગ્યાએ મોકલવાની ઈચ્છા બતાવે છે. ભીલ જ્ઞાતિના કોઈ કુટુંબો પણ કોઈપણ જગ્યાએ ઉચ્ચશિક્ષણ મેળવવા જવા દેવા માટે તૈયાર છે.

૧૬. શિક્ષણની યોજના વિશેની માહિતીના અભાવે તેમજ અન્ય કારણના લીધે લાભ લીધો નથી.

૧૭. બાળકોને આગળના અભ્યાસ માટે ૯૦.૭૪ ટકા કુટુંબોને મુશ્કેલી છે. ૯.૨૬ ટકા કુટુંબોને કોઈ મુશ્કેલી નથી.આ મુશ્કેલી ખાસ કરીને સારી શાળાની વ્યવસ્થા ન હોવાથી તેમજ બીજા ગામમાં જવાનું થતું હોવાને કારણે, વધુ ખર્ચ થવાથી.

૧૮. અભ્યાસના ગામોમાં પસંદ કરેલા ઉત્તરદાતાઓમાં તેમના મકાનો હજીપણ કાચા વધારે જોવા મળે છે. જેનું પ્રમાણ ૭૨.૬૦ ટકા છે અને પાકું મકાન ધરાવનારા કુટુંબોનું પ્રમાણ ૨૭.૪૦ ટકા છે.

૧૯. ઘરમાં રહેલી સુવિદ્યાઓમાં બધા જ કુટુંબોના ઘરમાં વીજળીનું પ્રમાણ ૧૦૦ ટકા છે. તેમજ ઘરમાં બાથરૂમની વ્યવસ્થા ૩૮.૧૪ ટકા કુટુંબોમાં જોવા મળે છે. તેમજ પાણિયારુની વ્યવસ્થા ૧૫.૧૯ ટકા કુટુંબોમાં જોવા મળે છે.

૨૦. ઘરમાં રહેલી ભૌતિક સુવિદ્યાઓમાં પસંદ કરેલા બધા જ કુટુંબોમાં ટ્યૂબાઈટ/બલ્બ અને ટેલિફોન/મોબાઈલનું પ્રમાણ ૧૦૦ ટકા છે. પંખાનું પ્રમાણ ૫૩.૭૦ ટકા કુટુંબોમાં જોવા મળે છે. પ્રાઈમસ ૨.૨૨ ટકા કુટુંબોમાં

જોવા મળે છે.સાયકલ ૩૪.૨૭ ટકા કુટુંબોમાં જોવા મળે છે.ટી.વી. ૩૮.૮૯ ટકા કુટુંબોમાં જોવા મળે છે. રેડિયો ૧૨.૨૨ ટકા કુટુંબો પાસે છે. દિવાલ ઘડિયાળ ૩૨.૨૨ ટકા કુટુંબોમાં જોવા મળે છે. સ્કૂટર/મોટર સાયકલ ૨૬.૬૭ ટકા કુટુંબોમાં જોવા મળે છે. તેમજ ગેસ અને ફ્રિઝ એકપણ કુટુંબો પાસે નથી.

૨૧. આદિવાસી કુટુંબોમાં ઘરમાં રહેલા વાસણોનું પ્રમાણ સૌથી વધુ સ્ટીલના વાસણોનું છે. જેનું પ્રમાણ ૭૦.૫૭ ટકા છે. તેમજ સૌથી ઓછા વાસણો કાંસાના છે. જેનું પ્રમાણ ૨.૨૧ ટકા છે. વાસણો જૂના જમાનાના વેચી દીધા હોવાથી અને તેની જગ્યાએ સ્ટીલના વાસણોની ખરીદી કરેલી છે. તેમજ કુટુંબદીઠ સરેરાશ વાસણોની સંખ્યા ૫૪.૭૬ છે.

૨૨. પસંદ કરેલા ઉત્તરદાતાઓ પશુપાલન પણ કરે છે. જેમાં સૌથી વધુ પશુઓમાં મરઘાનું પ્રમાણ વધુ જોવા મળે છે. જે ૪૭.૭૮ ટકા છે. બકરાંનું પ્રમાણ ૨૩.૯૦ ટકા છે. ગાયનું પ્રમાણ ૧૦.૩૨ ટકા છે. ભેંસનું પ્રમાણ ૬.૯૯ ટકા છે. બળદનું પ્રમાણ ૨.૩૧ ટકા છે. પાડાનું પ્રમાણ ૮.૦૭ ટકા છે. તેમજ અન્ય પશુઓનું પ્રમાણ ૦.૬૩ ટકા છે.

૨૩. પસંદ કરેલા આદિવાસી કુટુંબોમાં પુત્ર અને પુત્રી બંનેના જન્મને મહત્ત્વ આપે છે. તેમજ આદિવાસી કુટુંબોમાં સ્ત્રીને પણ પુરૂષની સમાન જ ગણવામાં આવે છે.

૨૪. આદિવાસી કુટુંબોમાં આગળ પડતા સભ્યમાં સૌથી વધુ પુરૂષો છે. જેનું પ્રમાણ ૬૬.૬૭ ટકા છે. સ્ત્રી સભ્યોનું પ્રમાણ ૮.૫૧ ટકા છે. બંને સભ્યો આગળ પડતા કુટુંબોનું પ્રમાણ ૨૪.૮૨ ટકા છે.

૨૫. આદિવાસી કુટુંબોમાં ઘરની જવાબદારીમાં સૌથી વધુ પુરૂષો આગળ પડતા છે. કુનબી જ્ઞાતિના કુટુંબમાં ૫.૯૮ ટકા સ્ત્રીઓ ઘરની જવાબદારી સંભાળે છે.

૨૬. પસંદ કરેલા બધા જ ઉત્તરદાતાઓ સ્ત્રી અને પુરૂષ બંનેના શિક્ષણ પર ભાર મૂકે છે.

૨૭. ઈન્દિરા આવાસ યોજનાનો લાભ લેનારા કુટુંબોનું પ્રમાણ ૩૭ (૬૯.૮૨) ટકા છે. તેમજ સરદાર આવાસ યોજનાનો લાભ લેનારા કુટુંબોનું પ્રમાણ ૧૬ (૩૦.૧૯) ટકા છે.

૨૮. આર્થિક સહાયની યોજના દ્વારા ૫૨.૩૬ ટકા કુટુંબોની સ્થિતિમાં સુધારો થયો છે. તેમજ ૪૭.૬૪ ટકા કુટુંબોની સ્થિતિમાં સુધારો થયો નથી.

૨૯. આદિવાસી કલ્યાણ યોજનાનો લાભ લેવામાં ૨૧.૪૯ ટકા કુટુંબોને મુશ્કેલી નડી છે. જેનું કારણ છે, માર્ગદર્શનનો અભાવ.

૩૦. વિકાસ માટે પસંદ કરેલા ઉત્તરદાતાઓ ઈન્ફ્રાસ્ટક્ચર, ડેવલપમેન્ટ (રસ્તા, વિજળી, સિંચાઈ) મહત્ત્વ આપનારા કુટુંબોનું પ્રમાણ ૭૭.૪૦ ટકા છે. વ્યાવસાયિક તાલીમ, શિક્ષણ યોજનાને મહત્ત્વ આપનારા કુટુંબોનું પ્રમાણ ૬૫.૧૯ ટકા છે. ધિરાણ સબસીડી, આર્થિક મદદની યોજનાને મહત્ત્વ આપનારાં કુટુંબોનું પ્રમાણ ૧૦૦ ટકા છે.

૫.૫ સૂચનો :

આ અભ્યાસમાં સંશોધનક્ષેત્રની કેટલીક મર્યાને કારણે તથા ડાંગ જિલ્લાના જુદી જુદી જ્ઞાતિના આદિવાસીઓની સ્થિતિ વિશેનો ઉંડાણપૂર્વકનો અભ્યાસ કરવો મુશ્કેલ છે. જેમાં કુનબી, કુંકણા, કોંકણી, વારલી, ગામિત અને ભીલ જ્ઞાતિના આદિવાસીઓનો સમગ્ર અભ્યાસ કરવો મુશ્કેલ છે. તેમ છતાં ઉત્સાહી સંશોધકોએ અભ્યાસ કરવા જેવો છે. મારાં સંશોધનને આધારે હું કેટલાક સૂચનો અહીં કરું છું.

૧. આ અભ્યાસ ડાંગ જિલ્લાના જામાલા, ગુંડપેડા, વાડિયાવન, સુન્દા, મોટીદાબદર અને જોગબારી ગામોના આદિવાસીઓનો જ અભ્યાસ કર્યો છે. પરંતુ આ સિવાય બાકીના ગામોના આદિવાસીના પણ અભ્યાસ થઈ શકે છે.

૨. ડાંગ જિલ્લાના કુનબી, કુંકણા, કોંકણી, વારલી, ગામિત અને ભીલ જ્ઞાતિનો અભ્યાસ કર્યો છે. પરંતુ આ સિવાય બીજી જ્ઞાતિના આદિવાસીઓનો પણ અભ્યાસ કરી શકાય.

૩. અભ્યાસક્ષેત્રે પસંદ કરેલાા ઉત્તરદાતાઓમાં મોટાભાગના ઉત્તરદાતાઓ અશિક્ષિત છે, તો તેમના માટે પ્રૌઢ શિક્ષણની વ્યવસ્થા કરવી જોઈએ.

૪. ડાંગમાં વર્તમાન સમયમાં ખ્રિસ્તી ધર્મ પાળનારા લોકોનું પ્રમાણ વધી રહ્યું છે. ખ્રિસ્તીકરણની સાથે ધાર્મિક દૃષ્ટિએ અર્થશાસ્ત્રીય રીતે અભ્યાસ થાય તે ખૂબ જરૂરી છે.

૫. ડાંગ જિલ્લો ગુજરાતનાં છેવાડાનો જિલ્લો અધિકારીઓની થતી વારે-વારે બદલીઓ, પ્રજાની અસમજ-નાસમજ, તેમના વિકાસમાં ઘણાં અંતરાયો ઊભા કરે છે. તે વિશે જાગૃત સંશોધકે કામ કરવા જેવું લાગે છે.

૬. ડાંગની પ્રજાને આર્થિક સ્થિતિમાં સુધારો થાય તે માટે સરકારની યોજનાનો લાભ મળે છે. પરંતુ પ્રજા તેનો સારી રીતે ઉપયોગ કરતી નથી. તેથઈ સરકારી કર્મચારીએ જેને યોજનાનો લાભ મળેલ છે, તેની પાછળ તપાસ કરવી જોઈએ.

૭. અભ્યાસ ક્ષેત્રે પસંદ કરેલા મોટા ભાગના કુટુંબોને ઈન્દિરા આવાસ અને સરદાર આવાસની યોજનાનો લાભ મળેલ છે. પરંતુ ઘણાં બધા કુટુંબોએ મકાન બનાવ્યું નથી. અને નાણાં વાપરી કાઢ્યા છે. તો તેની પાછળ સરકારે તપાસ કરવી જોઈએ.

પ્રસ્તુત અભ્યાસમાં ડાંગ જિલ્લાના આદિવાસીઓના જીવનધોરણને લગતો છે. જેમાં ડાંગના લોકોના આરોગ્ય વિષયક, શિક્ષણ, ભૌતિક, જાતિગત સમાનતા, તેમજ સરકારની યોજના વગેરેનો અભ્યાસ કરવામાં આવ્યો છે.

સંદર્ભ પુસ્તકો :

૧. કૌટિલ્ય, મોડર્ન અર્થશાસ્ત્ર બે દિવસમાં 'કૌટિલ્ય', સી. જમનાદાસની કંપની, શૈક્ષણિક પુસ્તકોનું પ્રતિષ્ઠિત પ્રકાશન ગૃહ -અમદાવાદ (૧૯૯૬)

૨. જાની બળવંત, વનસ્વર : (ગુજરાતના આદિવાસી સાહિત્યનો અભ્યાસગ્રંથ), ગુજરાત સાહિત્ય આકાદમી ગાંધીનગર (૨૦૦૪)

૩. દવે જે.કે., સંશોધન પદ્ધતિ, અનડા પ્રકાશન ૨૦૧૩-૨૦૧૪

૪. પોપ્યુલર પ્રોફેસર્સ, આદિવાસી સમાજનું સમાજશાસ્ત્ર, પંકજ આર. ગાંધી ન્યૂ પોપ્યુલર પ્રકાશન સુરત, ૨૦૧૪-૧૫

૫. -----, સામાજિક આર્થિક સમીક્ષા ગુજરાત રાજ્ય, ગાંધીનગર, ૨૦૧૦

૬. Census of India, Census of India Table I.Q. All India Population and Total ST Population Male & Female, -----

૭. ચિતળે, દતાત્રેય, ભાસ્કર ડાંગ એક સમ્યક દર્શન, ડાંગ જિલ્લા પંચાયત, આહવા-૧૯૭૮

૮. દોશી હરિશ, નકશામાં ગુજરાત ૨૦૦૧, ગ્રંથનિર્માણબોર્ડ અમદાવાદ

૯. સેન્સસ : ૨૦૧૧, વસ્તી ગણતરી પુસ્તિકા, આંકડા શાખા ડાંગ જિલ્લા પંચાયત, આહવા

૧૦. ઉપાધ્યાય નિખિલેશ, વિકાસ વાટિકા ડાંગ જિલ્લો, ડાંગ જિલ્લા પંચાયત આહવા

૧૧. -----, ગુજરાતની આદિવાસી સંસ્કૃતિ (ડાંગ જિલ્લો), માહિતી ખાતું ગુજરાત રાજ્ય ગાંધીનગર, માર્ચ – ૨૦૦૩

૧૨. -----, જિલ્લાની આંકડાકિય રૂપરેખા, આંકડા શાખા ડાંગ જિલ્લા પંચાયત, આહવા, ૨૦૧૨-૧૩

પ્રશ્નાવલીનો નમૂનો

વિષય : ***આદિવાસીઓના જીવન ધોરણનો અભ્યાસ (ડાંગ જિલ્લાના સંદર્ભમાં)***

સંશોધન કર્તા
સ્નેહલ ક.ગાંવિત
અર્થશાસ્ત્ર ભવન, સૌરાષ્ટ્ર યુનિવર્સિટી
રાજકોટ – ૫

માર્ગદર્શક :
ડૉ.એન.આર.શાહ
આ.પ્રોફેસર, અર્થશાસ્ત્ર ભવન
સૌરાષ્ટ્ર યુનિવર્સિટી, રાજકોટ – ૫

વિભાગ - ૧ : (અ) ઉત્તરદાતાની સામાન્ય માહિતી :

૧.૧ નામ : ____________________

૧.૨ ગામ : ____________________

૧.૩ જાતિ : ____________________ ૧. સ્ત્રી ૨. પુરૂષ

૧.૪ ઉંમર : ____________________

૧.૫ જ્ઞાતિ : ____________________ પેટા જ્ઞાતિ : ____________

૧.૬ ધર્મ : ____________________

૧.૭ શિક્ષણ : ____________________

૧. અશિક્ષિત ૨. પ્રાથમિક
૩. માધ્યમિક ૪. ઉચ્ચ માધ્યમિક
૫. સ્નાતક ૬. અનુસ્નાતક કે તેથી વધુ

૧.૮ મુખ્ય વ્યવસાય : ____________________

૧.ખેતી ૨.ખેતમજૂરી ૩. ખાનગી નોકરી
૪. સરકારી નોકરી ૫.વેપાર ધંધો ૬.પશુપાલન
૭.અન્ય

(બ) ઉત્તરદાતાની કુટુંબની માહિતી :

ક્રમ	કુટુંબના સભ્યોનું નામ	ઉત્તરદાતા સાથેનો સંબંધ	જાતિ		ઉંમર	કુટુંબના સભ્યોનું શિક્ષણ			વ્યવસાય	વાર્ષિક આવક
			સ્ત્રી	પુરૂષ		પ્રાથમિક	માધ્યમિક	ઉચ્ચ		
૧										
૨										
૩										
૪										
૫										
૬										
૭										

વિભાગ - ૨

૨. આરોગ્ય વિષયક માહિતી :

૨.૧   તમારા ગામમાં આરોગ્યની સુવિધા પૂરતા પ્રમાણમાં છે ?   હા / ના

જો હા હોય તો

૧. ખાનગી

૨. સરકારી

૨.૨   તમને આરોગ્ય માટે સહાય મળે છે ?   હા / ના

૨.૩   તમે બિમાર પડો છો ? ત્યારે કયા જાવો છો ?

૧. ગામનાં દવાખાને

૨. ગામની બહાર

૩. ભગત

૪. અન્ય

૨.૪   તમારા કુટુંબમાં બાળકને રસીકરણ કાર્યક્રમ અંતર્ગત રસીઓ આપવામાં આવેલી છે ?

૧. હા   ૨. ના   ૩. બાળક નથી

૨.૫   તમારા ગામમાં આશાવર્કર બહેનો અઠવાડિયામાં કેટલી વખત આરોગ્યની સારવાર માટે આવે છે ?

૧. એક   ૨. બે   ૩. ત્રણ   ૪. ઘણીવાર

૫. આવતા જ નથી

૨.૬   તમારા ગામમાં નર્સ બહેનો આરોગ્યની સારવાર માટે ઘરે ઘરે ફરે છે ?

હા / ના

'હા' તો મહિનામાં કેટલા દિવસે આવે છે.

૨.૭ અચાનક કોઈ પણ બિમારી માટે સરકારની ૧૦૮ની સુવિધાનો લાભ લીધો છે ?

હા / ના

જો **'હા'** હોય તો કઈ બિમારી માટે ?

૩. શિક્ષણ વિષયક માહિતી :

૩.૧ તમારા ગામમાં સારી શાળાની વ્યવસ્થા છે ? હા / ના

૩.૨ તમે તમારા બાળકને નિયમિત શાળાએ મોકલો છે ? હા / ના

૩.૩ તમે તમારા બાળકને શિક્ષણ કઈ કઈ બાબત માટે અપાવો છો ?

૧. વ્યવસાય ૨. સારા સંસ્કાર ૩. વાંચી લખી શકે

૪. નોકરી ૫. અન્ય

૩.૪ તમે તમારા પુત્ર-પુત્રીને ઉચ્ચ શિક્ષણ મેલવવા માટે જવા દો છો ? હા / ના

'હા' હોય તો કઈ જગ્યાએ

૧. જિલ્લાની કોલેજમાં ૨. બીજા જિલ્લામાં

૩. શહેરમાં ૪. અન્ય

૩.૫ તમે તમારા પુત્ર-પુત્રીને ભણાવવા માટે સરકારની કોઈપણ યોજનાનો લાભ લીધો છે?

હા / ના

૩.૬ બાળકોને આગળ ભણાવવામાં મુશ્કેલી અનુભવો છો ? હા / ના

'હા' તો કેવા પ્રકારની ?

૧. શાળા દુર હોવાથી ૨. વધુ ખર્ચ થવાથી

૩. બાળ મજૂરી જવાથી ૪. અન્ય

૪. ભૌતિક સુવિદ્યા વિષયક માહિતી :

૪.૧ ઘર કેવા પ્રકારનું છે ?

૧. ઝૂપડું ૨. કાચું ૩. પાકું

૪.ભાડાનું ૫.અન્ય

૪.૨ ઘરમાં સુવિદ્યા

૧. વિજળી ૨. બાથરૂમ ૩. પાણીયારૂ

૪.૩ ઘરમાં રહેલી ભૌતિક સુવિદ્યાઓ

૧. પંખો ૨. ગેસ ૩. ટ્યુબ લાઈટ / બલ્બ

૪. પ્રાઈમસ ૫. સાયકલ ૬. ટી.વી.

૭. ફ્રિજ ૮. રેજિયો, ટેપ ૯. દિવાલ ઘડિયાળ
૧૦. સ્કૂટર, મોટર સાયકલ ૧૧. ટેલિફોન / મોબાઈલ

૪.૪ ઘરમાં વાસણોની વિગતઃ

ક્રમ	**ઈવગત**	**સંખ્યા**	**વાસણોનું નામ**
૧.	માટીના		
૨.	કાંસાના		
૩.	પીત્તળ		
૪.	એલ્યુમિનિયમ		
૫.	સ્ટીલ		
૬.	પ્લાસ્ટિક		
૭.	કાચના		

૪.૫ તમારા ઘરની ભૌતિક સુવિદ્યામાં વધારો થઈ રહ્યો છે કે ઘટાડો

૧. વધી રહી છે

૨. ઘટી રહી છે

૩. કોઈ ફેરફાર નથી

૪.૬ પશુપાલન કરો છો? હા/ના

હા હોય તો

ક્રમ	**વિગત**	**સંખ્યા**
૧	ગાય	
૨	ભેંસ	
૩	ભકરાં	
૪	મરઘાં	
૫	બળદ	
૬	પાડા	
૭	અન્ય	

૫. જાતિગત સમાનતા વિષયક માહિતી :

૫.૧ તમે કોના જન્મને વધારે મહત્ત્વ આપો છો?

૧. પુત્ર ૨.પુત્રી ૩.બંને

૫.૨ તમારા કુટુંબમાં સ્ત્રીનું સ્થાન કેવું છે ?

૧. ઉચ્ચ ૨. નિજન ૩. સમાન

૫.૩ તમારા કુટુંબમાં આગળ પડતા કોણ છે ?

૧. સ્ત્રી ૨. પુરૂષ ૩. બંને

૫.૪ તમારા ઘરની સૌથી વધારે જવાબદારી કોની છે ?

૧.સ્ત્રી ૨. પુરૂષ ૩.બંને ૪.અન્ય

૫.૫ તમારા કુટુંબમાં તમે કોના શિક્ષણ પર ભાર મૂકો છો ?

૧. સ્ત્રી ૨.પુરૂષ ૩. બંને

૬. સરકારની યોજના વિષયક માહિતી :

૬.૧ તમે જાણો છો ? આદિવાસીના વિકાસ માટે સહાય મળે છે ? હા / ના

૬.૨ તમે આદિવાસી કલ્યાણની યોજનાનો ફાયદો લીધો છે ? હા / ના

જો 'હા' તો કઈ કઈ ?

૧. ________ ૨. ________ ૩. ________ ૪. ________

૬.૩ આ યોજનાથી તમારી આર્થિક સ્થિતિ સુધરી છે ? હા / ના

૬.૪ તમને આદિવાસી કલ્યાણ યોજનાઓનો ફાયદો લેવામાં કોઈ મુશ્કેલી નડી છે ? હા /ના

'હા' હોય તો

૧. ભ્રષ્ટાચાર ૨. માર્ગદર્શનનો અભાવ

૩. વહીવટીતંત્રની જટીલ પ્રક્રિયા

૪. વહીવટી તંત્ર દ્વારા વિલંબ ૫. અન્ય

૬.૫ તમારા ક્ષેત્રમાં વિકાસ માટે કઈ યોજનાઓને મહત્ત્વ આપો છો ?

૧. ઈન્ફ્રાસ્ટક્ચર (રસ્તા, વીજળી, સિંચાઈ વગેરે સબંધિત વિકાસ)

૨. વ્યવસાયિક તાલીમ, શિક્ષણ યોજના

૩. ધિરાણ સબસીડી, આર્થિક મદદની યોજનાઓ

૪. અન્ય